AF897290

காகித ரோஜாக்கள்

இந்த கதை 1995 ஆம் ஆண்டு
குங்குமம் வார இதழில் தொடர்கதையாக
வெளிவந்தது

ராஜேஷ்குமார்

RAJESHKUMAR
Publishing

ISBN: 978-93-90771-88-2

காகித ரோஜாக்கள் (RK076)

ராஜேஷ்குமார்

முதல் பதிப்பு - ஜனவரி 2024

© காப்பீட்டு உரிமை: ராஜேஷ்குமார்

வெளியீடு: RK பப்ளிஷிங், 23, யமுனா தெரு,
க்யூரியோ கார்டன் அவென்யூ, வடவள்ளி, கோயம்புத்தூர் - 641046.

அட்டை வடிவமைப்பு: ராஜரத்தினம்

நூல் வடிவமைப்பு: மூ. சிவசுந்தரம், இன்லெட்பஃப் சொல்யூஷன்ஸ்

இந்தப் புத்தகத்தின் எந்த ஒரு பகுதியையும் பதிப்பாளரின் எழுத்துபூர்வமான முன் அனுமதி பெறாமல் மறுபிரசுரம் செய்வதோ, அச்சு மற்றும் மின்னணு ஊடகங்களில் மறுபதிப்பு செய்வதோ காப்புரிமை சட்டப்படி தடை செய்யப்பட்டதாகும். புத்தக விமர்சனத்திற்காக மட்டுமே இந்தப் புத்தகத்திலிருந்து மேற்கோள் காட்ட அனுமதிக்கப்படுகிறது.

Kaagidha Rojakkal (RK076)

Rajeshkumar

First Edition - January 2024

© **Copyright:** Rajeshkumar

Published by: RK Publishing, 23, Yamuna Street,
Curio Garden Avenue, Vadavalli, Coimbatore - 641046.
Mob: 89251 16783
email: rkpublishing41@gmail.com
Web: www.rajeskumarnovels.in

Cover Designed by: Rajarathinam

Book Designed by: M Sivasundaram, inletPUB Solutions, www.inletpub.com

No part of this book may be reproduced in print or electronic media without the prior written permission of the publisher. Reproduction is prohibited under copyright law. Quoting from this book for book review purposes only is allowed.

1

ஆனந்ததீர்த்தன் டெலிபோனில் முகம் தெரியாத மீனம்பாக்கம் ஏர்போர்ட் என்கொய்ரி கௌண்டரில் பணிபுரியும் அந்தப் பெண்ணிடம் சற்றே உஷ்ணமான குரலில் பொரிந்து கொண்டிருந்தார்.

“என்னம்மா நீ... அரைமணி நேரத்துக்கு முந்தி போன் பண்ணி கேட்டப்ப ஃப்ளைட் லேட்டா வர்றதுக்கெல்லாம் நான் பொறுப்பில்லை, சிகாகோவிலிருந்து பம்பாய் வரைக்கும் நல்ல பிள்ளையா வந்த ஃப்ளைட் பம்பாய் மண்ணை மிதிச்சதும் மக்கர் பண்ணியிருக்கு. சம் டெக்னிக்கல் ப்ராப்ளம்னு சொன்னே... இன்னுமா அது சரியாகலை..?”

எரிச்சலுடன் ரிஸீவரை வைத்துவிட்டு சோஃபாவில் சாய்ந்த ஆனந்ததீர்த்தனுக்குப் பக்கத்தில் வந்து உட்கார்ந்து கொண்டாள் பாகீரதி.

பாகீரதி பூஞ்சை உடம்பானாலும் எலுமிச்சை நிறம். தலையின் முன்பக்கம் - செல்லமாய் நரை வாங்கியிருந்த தலைக்கேசமும், நெற்றியில் இடம்பிடித்திருந்த குங்குமம் ஒரு லட்சுமிகரமான காம்பினேஷனைக் கொடுத்தது. மூக்கிலும், காதுகளிலும் ஜாதி வைரங்கள் கண்ணைச் சிமிட்டின.

“என்னங்க...?”

“ம்.”

“இனிமே பரணியை வெளிநாட்டுக்கெல்லாம் அனுப்பாதீங்க.”

"சரியாப் போச்சு... நானா... அவனை அனுப்பறேன்? நம்ம கம்பெனியை டெவலப் பண்றதுக்காக... புதுப்புது டெக்னிக்குகளைத் தெரிஞ்சுக்கிறதுக்காக அவனே போறேன் போறேன்னு ஒத்தக்கால்லே நிக்கும்போது நான் வேண்டான்னு சொல்ல முடியுமா? சொன்னாத்தான் அவன் கேட்பானா...?"

"கேட்கற மாதிரி பண்ணணும்...?"

"என்ன பண்ண முடியும்?"

"ஒரு கல்யாணத்தைப் பண்ணிட வேண்டியதுதான். கைவசம் அஞ்சு அருமையான ஜாதகம் இருக்கு. ஏதாவது ஒண்ணை முடிச்சுட வேண்டியதுதான். வர்றவ சொன்னாத்தான் எல்லாப் பேச்சும் அவனுக்கு வேதமா இருக்கும்..."

"பாகீ! நம்ம பரணியைப் பத்தி நினைக்கும்போது ஒருவகையில எனக்கு பெருமையாவும் இருக்கு...ஏன் தெரியுமா? இப்ப இருக்கிற சொத்தை அவன் பெரிசாவே நினைக்கிறதில்லை. ஏதோ நம்ம கம்பெனியை இனிமே டெவலப் பண்ணினாத்தான் நமக்கு அடுத்த வேளை சாப்பாடுங்கிற மாதிரி... ஓயாம உழைக்கிறான். அந்த உழைப்பு எனக்குப் பிடிச்சிருக்கு."

"எனக்குப் பிடிக்கலை. அவன் எதுக்காகக் கஷ்டப்படணும்! அவன் வரட்டும்... ஒரு கால்கட்டைப் போட்டு எவ கையிலாவது பிடிச்சுக் குடுத்துடலாம்."

டெலிபோன் கிணுகிணுத்தது.

ஆனந்ததீர்த்தன் எழுந்து போய் ரிஸீவரை எடுத்தார்.

"ஹலோ..."

மறுமுனையில் அந்த உற்சாகக் குரல்.

"அப்பா....! நான் பரணி..."

"பரணி! நீயா... எங்கிருந்துடா பேசறே... பம்பாயிலிருந்தா?"

“சரியாப் போச்சு... நான் மீனம்பாக்கம் ஏர்போர்ட்டிலிருந்து பேசிட்டிருக்கேன்...”

“என்னது... மீனம்பாக்கம் ஏர்போர்ட்டா...? உன்னோட ஃப்ளைட் மூணு மணி நேரம் லேட்ன்னு சொன்னாங்க...”

“நான் வந்த ஃப்ளைட்ல ஏதோ டெக்னிக்கல் ஃபால்ட்ன்னு தெரிஞ்சதுமே உடனே வேற ஃப்ளைட்டைப் பிடிச்சு மெட்ராஸ் வந்துட்டேன்... இப்போ ஏர்போர்ட்டிலிருந்து பேசிட்டிருக்கேன்.”

“ஃப்ளைட் மாறினதை போன் பண்ணி சொல்லியிருக்கலாமே... பரணி”

“ட்ரை பண்ணினேன்ப்பா... என்னன்னு தெரியலை... லைன் கிடைக்கலை... ஃப்ளைட்டுக்கு வேற நேரமாயிடுச்சு... அதான் புறப்பட்டுட்டேன்...”

“சரி... ஏர்போர்ட்லேயே இரு... காரை அனுப்பி வைக்கிறேன்...”

“சீக்கிரம் அனுப்பி வையுங்கப்பா. நான் லௌன்ஞ்சில வெயிட் பண்றேன். என்னோட, நான் சிகாகோவில் தங்கியிருந்த அபார்ட்மெண்ட் ஓனர் ராமஜெயமும், அவருடைய மனைவியும் வந்திருக்காங்க. லக்கேஜும் நிறைய இருக்கு. காண்டஸாவை அனுப்பி வையுங்க.”

கடல் வண்ண காண்டஸா கார் போர்டிகோவுக்குள் குலுங்கி நின்றதும் - முன்பக்கக் கதவைத் திறந்து கொண்டு பரணி முதல் ஆளாய் இறங்கினான். முன்மண்டையில் லேசாய் முடி கொட்டியிருக்க பேண்ட் ஷர்ட் டை சகிதமாக இருந்தவன், அந்த உடைக்குள் கச்சிதமாய் இருந்தான். மீசையின் அடர்த்தி கூடியிருக்க – கண்களில் குளிர் கண்ணாடி.

ஆரத்தி கரைத்து நெற்றிக்குப் பொட்டு வைத்த பாகீரதி கண் கலங்கினாள். “இளைச்சிருக்கடா?”

அவன் சிரித்தான், “மகன் வெளியூரிலிருந்து திரும்பினா எல்லா அம்மாக்களும் சொல்ற டயலாக் இது..... நீயுமாம்மா?”

ஆனந்ததீர்த்தன் மகனின் முதுகைத் தட்டினார். "இல்ல பரணி அம்மா சொன்னது சரிதான். நீ முன்னைக்கு இப்போ கொஞ்சம் இளைச்சிருக்கே..."

"அப்பா, என்னைப்பத்தி விசாரிச்சது போதும்... வந்தவங்களைக் கவனிங்க..." என்று சொல்லி, திரும்பி காரின் பின்சீட்டிலிருந்து இறங்கிக் கொண்டிருந்த அந்த நடுத்தர வயது மனிதரையும், அவரோடு வந்த பெண்ணையும் பார்த்தான்.

"வாங்க மிஸ்டர் ராமஜெயம்... அண்டு மிஸஸ் ராமஜெயம். இவங்க என்னோட ஃபாதர், மதர்..."

"வணக்கம்" சொன்ன ராமஜெயத்துக்கும் அவருடைய மனைவி மங்களத்துக்கும் முறையே நாற்பது வயது, முப்பத்தைந்து வயது இருக்கலாம். முகங்களில் அமெரிக்க மினுமினுப்பு. ராமஜெயம் க்ரே நிற ஃபுல் சூட்டில் இருந்தாலும் நெற்றியில் லேசாய் ஸ்ரீசூர்ணம் தெரிந்தது. மங்களம் ஊதா நிற பட்டுப்புடவையில் நெற்றி வகிட்டுக் குங்குமத்தோடு இருந்தாள்.

"வாங்க... உள்ளே வாங்க...!"

எல்லோருமாய் உள்ளே போனார்கள். ராமஜெயம் ஆனந்ததீர்த்தனிடம் சொல்லிக் கொண்டே வந்தார். "நாங்க சிகாகோவில் செட்டிலாகி எட்டு வருஷமாச்சு. ரெண்டு வருஷத்துக்கு ஒரு தடவை மெட்ராஸுக்கு வந்து ஒரு மூணுமாசம் தங்கிட்டுப் போவோம்."

"மெட்ராஸ்ல எங்கே வீடு...?"

"அண்ணா நகர்ல..."

"சிகாகோல நீங்க என்ன பண்றீங்க?"

"ஒரு கார் கம்பெனியில என்ஜினியரா இருக்கேன். என்னோட ஒய்ஃப் ஒரு டான்ஸ் ஸ்கூலை ரன் பண்றா. உங்க சன் பரணி அங்கே எங்களுக்குச் சொந்தமான ஒரு அபார்ட்மெண்ட்ல தான் குடியிருந்தார்."

சோஃபாவில் உட்கார்ந்தார்கள்.

"பரணி...!!!" பாகீரதி கூப்பிட்டாள். "ஷுவைக் கழட்டி வெச்சுட்டு மொதல்ல பூஜை ரூமுக்கு வா... விபூதி பிரசாதம் இட்டு விடறேன்."

"அய்யோ வந்ததும்... வராததுமா ஏம்மா இப்படி...?"

ராமஜெயம் புன்னகைத்தார். "பரணி! நீங்க இப்படி சலிச்சுக்கறது தப்பு... அம்மா எவ்வளவு ஆசையா கூப்பிடறாங்க... போய் அவங்க திருப்திக்காவாவது நெத்திக்கு விபூதி இட்டுக்கிட்டு வாங்க... நாங்களும் உடனே கிளம்பணும்."

பரணி சிரித்தான். "அம்மாவைப் பத்தி உங்களுக்குத் தெரியாது ஸார். பூஜை அறைக்குப் போனதும் ஏதேதோ ஸ்தோத்திரமெல்லாம் சொல்லி, நெத்தி பூராவும் ஒரு மில்லி மீட்டர் இடம்விடாமே ஒவ்வொரு கோயில் பேரா சொல்லி – விபூதியும், குங்குமத்தையும் பூசிடுவாங்க. அதையெல்லாம் கையால அழிக்க முடியாது. மறுபடியும் குளிக்கணும்."

"பரவாயில்ல. போயிட்டு வாங்க. அம்மாவோட உணர்ச்சிகளுக்கு மதிப்புக் கொடுக்கணும்."

பரணி ஷுக்களைக் கழற்றி கோபமாக ஓரமாய் வைத்து விட்டு, அம்மாவைத் தொடர்ந்து பூஜை அறையை நோக்கிப் போனான்.

அவன் போவதையே பார்த்துக் கொண்டிருந்த ராமஜெயம் ஒரு பெருமூச்சோடு ஆனந்ததீர்த்தனிடம் திரும்பினார்.

"நானும், என்னோட மனைவியும் இப்போ மெட்ராஸுக்கு வர்றதாவே இல்லை...ஆனா உங்க மகன் பரணிக்காக வந்திருக்கோம்."

"என் மகனுக்காக வந்தீங்களா?" ஆனந்ததீர்த்தனின் நெற்றி மேலேறியது.

"எஸ்" என்ற ராமஜெயத்தின் முகம் நிறமிழந்து இருட்டுக்குப் போயிருக்க – மங்களம் சுற்றும்முற்றும் பார்த்துவிட்டு சோஃபாவின் நுனிக்கு வந்தாள்.

“பரணியைப் பத்தின ஒரு முக்கியமான விஷயத்தை உங்ககிட்ட சொல்லணும்... இன்னிக்கு சாயந்திரம் ஆறு மணி சுமாருக்கு அண்ணா நகரில் இருக்கிற எங்க வீட்டுக்கு வாங்க... பேசுவோம்... நீங்க எங்களைப் பார்க்க வர்றது பரணிக்கு தெரிய வேண்டாம்.... உங்க மனைவிக்கும் தெரிய வேண்டாம்.”

ஆனந்ததீர்த்தனின் உடம்பில் பதட்டம் ஈஷிக் கொள்ள, உடனே கேட்டார்.

“அவனைப் பத்தி என்ன சொல்லப் போறீங்க?”

“இங்கே எதுவும் வேண்டாம்... சாயந்திரம் வீட்டுக்கு வாங்க. இந்தாங்க என்னோட விசிட்டிங் கார்டு...”

ஆனந்ததீர்த்தன் குழப்பமாய் கார்டை வாங்கிக் கொண்டார்.

சாயந்தரம் ஆறு மணி.

அண்ணாநகர் கிழக்கில் - தென்னை மரங்களுக்கு மத்தியில் இருந்த அந்தச் சிறிய பங்களாவின் போர்டிகோவுக்குள் காரை நுழைத்து – மௌனமாக்கி, கீழே இறங்கினார் ஆனந்ததீர்த்தன். முகம் வியர்த்து, சிவந்து தெரிந்தது. ராமஜெயமும், மங்களமும் அவரை எதிர்கொண்டு உள்ளே கூட்டிப் போனார்கள்.

வீடு முழுக்க நிசப்தம். ஆனந்ததீர்த்தன் இரைந்தார். “ம்... சொல்லுங்க...! என் பையனைப்பத்தி என்ன சொல்லப் போறீங்க...?”

“மொதல்ல உட்காருங்க.”

தவிப்பாய் உட்கார்ந்தார்.

“ம்... சொல்லுங்க...”

ராமஜெயம் தான் அணிந்திருந்த கண்ணாடியைக் கழற்றி, இடதுகை விரல்களால் நெற்றியை சில விநாடிகள் பிடித்துக்

கொண்டிருந்துவிட்டு – ஆனந்ததீர்த்தனை ஏறிட்டார். சன்னமான குரலில் சொன்னார்.

“உங்க சன் பரணி உயிரோட இருக்கப் போறது இன்னும் ஒரு வருஷம்தான்...”

2

ஆனந்ததீர்த்தனின் கண்கள் ஸ்தம்பித்தன. உடம்பின் ரத்த ஓட்டம் ஓடலாமா என யோசித்தது. உதடுகள் நடுக்கமாய் அசைந்தது.

“எ… என்ன… சொ… சொன்னீங்க?”

ராமஜெயம் மையமாய் தலையை ஆட்டி – பெருமூச்சு கலந்த குரலில் சொன்னார். “இந்த விஷயத்தை உங்ககிட்ட சொல்லாம மறைச்சுடலாம்ன்னுதான் ஆரம்பத்துல நினைச்சோம்… ஆனா அது சரியில்லைன்னு அமெரிக்க டாக்டர் சொன்னதால உங்ககிட்ட மட்டும் சொல்லிடலாம்னு முடிவு பண்ணினோம்…”

“ப… பரணிக்கு எ… என்ன…?”

“ரெண்டு மாசத்துக்கு முந்தி பரணிக்கு காய்ச்சல் வந்தது…. ஹைஃபீவர். டாக்டர்கிட்டே போய் இன்ஜெக்ஷன் போட்டு மெடிசின் எடுத்துகிட்டார். ஆனா காய்ச்சல் குறையலை. மூணு நாளாகியும் டெம்பரேச்சர் குறையாததுனாலே பரணியை ஒரு ஹாஸ்பிட்டல்ல அட்மிட் பண்ணினோம். டாக்டர் ஹாரீஸ் ட்ரீட்மெண்ட் கொடுத்தார். காய்ச்சலைக் கட்டுப்படுத்த முடியலை… ஒரு நேரம் உடம்பு நல்லாயிருக்கும். திடீர்னு காய்ச்சல் வரும்… ப்ளட் டெஸ்ட், ஸ்கேன் எல்லாம் பார்த்தும் காய்ச்சலுக்கான காரணம் பிடிபடலை. ஒரு பத்து நாள் கழிச்சு நியூரோ சர்ஜன் ஒருத்தர் வந்து பார்த்து எம்.ஆர்.ஐ., ஸ்கேன் செஞ்சு பார்த்தப்பதான் அந்த அதிர்ச்சியான விஷயம் தெரிஞ்சது…”

"எ... என்ன... அது...?"

"பரணியோட மூளைப் பகுதிக்கு கீழே இருக்கிற 'மெடுல்லா ஆப்லேங்கேட்டா'ங்கிற மூளைப் பகுதியில ஒரு சிறிய ரத்தக்கட்டி உற்பத்தியாகியிருக்கு. இது பேரு மெடுல்லா ட்யூமர். இப்போ சிறுமிளகு சைஸ்ல இருக்கிற ரத்தக்கட்டி நிதானமா வளரக் கூடியது. ஒரு நெல்லிக்காய் அளவுக்கு வளர கிட்டத்தட்ட ஒரு வருஷகாலம் ஆகும். அந்த அளவுக்கு அது வளர்ந்ததும் - எந்த நிமிஷமும் அது வெடிக்கலாம். அது வெடிக்கிற நிமிஷம் மரணம்."

ஆனந்ததீர்த்தன் உறைந்து போனார்.

மங்களம் கம்மிய குரலில் தொடர்ந்தாள். "பரணிக்கு இப்படியொரு ட்யூமர் இருக்கற விஷயத்தை டாக்டர் ஹாரீஸ் சொன்னப்ப நானும், என்னோட கணவரும் ஆடிப் போயிட்டோம்... உடனடியா ஆப்ரேஷன் பண்ணி அந்த ரத்தக் கட்டியை எடுக்க முடியாதான்னு கேட்டோம். அதுக்கு டாக்டர் ஹாரீஸ், அது ஆப்ரேஷன் செஞ்சு எடுக்க முடியாத ட்யூமர். மீறி முகுளப் பகுதியில இருக்குற அந்த ரத்தக் கட்டியை எடுக்க முயற்சி செஞ்சா அது பரணியோட உடனடி மரணத்தில்தான் போய் முடியும்னு சொன்னாரு.... ஆப்ரேஷன் செய்யறது அவரைக் கொலை செய்யறதுக்குச் சமம். அந்த ரத்தக்கட்டியை மருந்துங்க மூலமா கரைக்க முயற்சி செய்யலாம்னு சொல்லி – சில மருந்துகளை எழுதிக் கொடுத்தார்."

ராமஜெயம் சோஃபாவுக்குப் பக்கத்தில் வைத்திருந்த ஒரு சிறு ப்ரீஃப்கேஸை – திறந்து சதுரம் சதுரமாய்ப் பாலிதீன் கவர்களை எடுத்து ஆனந்ததீர்த்தனிடம் நீட்டினார்.

"இது எல்லாமே... பரணியோட மெடுல்லா ட்யூமர் சம்பந்தப்பட்ட ஸ்கேன் ரிப்போர்ட்ஸ். கம்ப்யூட்டர் பயோ-தெரபி மூலமா டயாக்னைஸ் பண்ணின மெடிக்கல் சார்ட்ஸூம் உள்ளே இருக்கு."

கைகள் நடுங்க அந்த பாலிதீன் கவர்களை வாங்கிக் கொண்ட ஆனந்ததீர்த்தன் குரல் நடுங்க கேட்டார்.

“இ... இ... இந்த ட்யூமர் விஷயம்... பரணிக்கு...?”

“தெரியாது. டாக்டர் ஹாரீஸ் சொல்ல வேண்டாம்னுட்டார். அந்த ட்யூமர் கட்டியால ஒரு வருஷத்துக்குப் பின்னாடிதான் பரணியோட உயிருக்கு ஆபத்து வரும். இப்பவே சொன்னா இப்ப இருக்கற சந்தோஷமும் கெடும்... மனநிலை ஆரோக்கியமா இருந்தாத்தான் ட்யூமரோட வீரியம் குறைஞ்சு, ஆயுட்காலம் கொஞ்சமா நீடிக்க வாய்ப்பிருக்குன்னு... சொன்னார்.”

“ப... ப... பரணி தன்னோட உடம்புக்கு என்னன்னு டாக்டர் கிட்டே கேட்கலையா...?”

“கேட்டார்... ஆனா டாக்டர் அதுக்கு சொன்ன பதில் வைரல் ஃபீவர். ரத்தத்துல வெள்ளை அணுக்கள் குறைவா இருக்கிற காரணத்தால ஃபீவரை கட்டுப்பாட்டுக்குள்ளே கொண்டு வர முடியலைன்னு சொல்லி பிரிஸ்கிரிப்ஷன் எழுதிக் கொடுத்திருக்கார். ஆனா பரணி இப்ப சாப்பிட்டுகிட்டு இருக்கிற மாத்திரைகள் ட்யூமரைக் கட்டுப்படுத்தறதுக்கான மாத்திரைகள்.”

“கட்டி கரைஞ்சுடுமா...?”

“லட்சம் பேர்ல ஒருத்தருக்கு கரைய வாய்ப்பு இருக்காம்...! அந்த ஒருத்தர் பரணியா இருக்கலாமேன்னு டாக்டர் ஹாரீஸ் சொல்றார்...”

ஆனந்ததீர்த்தனின் கண்களில் நீர் நிரம்பி சிதறியது. “பரணியோட நிலைமை என்னோட மனைவிக்கு தெரிஞ்சா... அவ அந்த நிமிஷமே உயிரை விட்டுடுவா. மகனோட எதிர்கால வாழ்க்கையைப் பத்தி – எக்கச்சக்கமா கனவுகள் வெச்சிருக்கா – பரணிக்கு உடனடியா கல்யாணத்தைப் பண்ணணும். அடுத்த வருஷமே பேரனையோ, பேத்தியையோ பார்க்கணும்... இப்படி எத்தனையோ ஆசைகளோட அவ காத்திட்டிருக்கா... பரணி அவ ஆசையில மண்ணைப் போட்டுட்டான்...”

ராமஜெயம் ஆனந்ததீர்த்தனின் கையை மெல்லப் பற்றினார். “உங்க மனசு படறப் பாட்டை என்னால புரிஞ்சுக்க

முடியுது...! எங்களுக்கு ஒரு குழந்தை இல்லையேங்கிற ஏக்கத்துல எத்தனையோ நாட்கள், நானும் என்னோட மனைவியும் ராத்திரி பகலா கண்ணீர் வடிச்சிருக்கோம்... பரணி உங்களுக்கு ஒரே பையன். அவனுக்கு இப்படி ஒரு நிலைமைன்னா... அதைத் தாங்கிக்க தனியா ஒரு இரும்பு இதயம் வேணும்... பிரச்சனை எதுவாயிருந்துட்டாலும் அதை தாங்கிக்கிற மனோபலம்தான் இப்போதைக்கு உங்களுக்கு வேண்டியது. அதனால நீங்க தைரியமா இருக்கணும்."

ஆனந்ததீர்த்தன் நிமிர்ந்தார். கண்கள் சிவந்து போய் கலங்கி குட்டைகளாய் தெரிந்தன.

"எ... எனக்கு இப்போ... என்ன பண்றதுன்னே தெரியலை... இந்த முகத்தை வெச்சிகிட்டு வீட்டுக்குப் போனா... பாகீரதி... கேள்வி மேல கேள்விக் கேட்டு என் மனசுல இருக்கிறதை வெளியே கொண்டு வந்துருவா..."

"யூ... ஆர் கரெக்ட்...! உங்க நிலைமை எனக்குப் புரியது. நீங்க வீட்ல இருக்கிற உங்க மனைவியை சமாளிக்கனும்ன்னா... உங்களுக்கு ஒரு மாரல் சப்போர்ட் வேணும்... நான் உங்களுக்கொரு யோசனை சொல்லலாமா?"

"எ... என்ன?"

"உங்க ஃபேமிலி டாக்டர் யாரு?"

"மாசிலாமணி..."

"அவருக்கு எவ்வளவு வயசு இருக்கும்?"

"ஏறக்குறைய என்னோட வயசு..."

"எத்தனை வருஷமா உங்க ஃபேமிலிக்கு டாக்டரா இருக்கார்?"

"ஏறக்குறைய இருபது வருஷமா..."

"அப்படீன்னா... அவர் உங்களுக்கு நெருங்கிய நண்பர் மாதிரி...!

"ஆ... ஆமா..."

"அவரோட டெலிபோன் நெம்பர் என்ன?"

"எ... எதுக்கு?"

"அவருக்குப் போன் பண்ணி இங்கே வரவழைக்கத்தான்."

"அவரை வரவழைச்சு...?"

"அவர் உங்க ஃபேமிலி டாக்டர். இந்தப் பிரச்னையை எப்படி டீல் பண்ணணும்னு அவருக்குத் தெரிய வாய்ப்பு இருக்கு. அது மட்டுமில்லை, டாக்டர் ஹாரீஸ் கொடுத்து அனுப்பியிருக்கிற அந்த மெடிக்கல் ரிப்போர்ட்டை அவர் ஃபாலோ பண்ணி பரணிக்கு ட்ரீட்மெண்ட் தரலாம்... டாக்டர் மாசிலாமணியோட ட்ரீட்மெண்ட்டால பரணியோட மெடுல்லா ட்யூமர் கட்டி கரையவும் வாய்ப்பு இருக்கு இல்லையா... டாக்டரோட போன் நெம்பரைக் குடுங்க... ப்ளீஸ்..."

ஆனந்ததீர்த்தன் கோட் பாக்கெட்டில் வைத்திருந்த கர்ச்சீப்பை எடுத்து அழுத கண்களை துடைத்துக் கொண்டே மெல்லிய குரலில் டெலிபோன் எண்களைச் சொன்னார்.

"எய்ட்... ட்டு... ஃபைவ்... சிக்ஸ்... ஒன்... த்ரி... ஒன்..."

ராமஜெயம் ஒரு துண்டு பேப்பரில் எண்களைக் குறித்துக் கொண்டு, பக்கத்து மேஜையில் இருந்த டெலிபோனைத் தொட்டு ரிஸீவரை எடுத்துக் கொண்டார். டயலில் எண்களைச் சுழற்ற, மறுமுனையில் ரிங் போய் - ரிஸீவர் எடுக்கப்பட்டது.

"ஹலோ..."

"டாக்டர் மாசிலாமணி ப்ளீஸ்..."

"ஹோல்டிங்..."

"டாக்டர்...! என் பேர் ராமஜெயம். உங்க ஃபேமிலி ஃப்ரண்ட் ஆனந்ததீர்த்தன் இப்போ என் வீட்லதான் இருக்கார். அவருக்கு ஒரு ப்ராப்ளம்..."

"ப்ராப்ளமா...?"

"எஸ்... ஒரு க்ரிட்டிகல் சிச்சுவேஷன்... ஹி நீட்ஸ் யுவர் ஹெல்ப்... நீங்க உடனே புறப்பட்டு என் வீட்டுக்கு வர முடியுமா...?"

டாக்டர் மாசிலாமணி மறுமுனையில் பதட்டமாய் கேட்டார்.

"ஆனந்ததீர்த்தனுக்கு என்ன பிராப்ளம்...? இன்னிக்கு மத்தியானம் கூட வெளிநாட்டிலிருந்து திரும்பியிருந்த அவரோட மகனைப் பார்க்கிறதுக்காக பங்களாவுக்குப் போயிருந்தேன். ஹி... வாஸ் நார்மல்..."

"டாக்டர்! பிரச்சனை ஆரம்பமானதே... இப்பத்தான்... ஹி...ஈஸ்... ஹியர்... நீங்க நேர்ல வாங்க எல்லாத்தையும் சொல்றேன்..அட்ரஸை நோட் பண்ணிக்குங்க..."

தெளிவாய் அட்ரஸைச் சொன்னார் ராமஜெயம்.

"வந்து சேர எப்படியும் அரை மணி நேரமாயிடும்... பரவாயில்லையா?"

"வாங்க... வீ வில் வெய்ட்! ஒரு விஷயம் டாக்டர் நீங்க இங்கே வர்ற விஷயம் பரணிக்கோ – பரணியோட அம்மாவுக்கோ தெரியக்கூடாது."

"எனிதிங்... சீரியஸ்?"

"எஸ்...! நேர்ல வாங்க... டாக்டர் ! ஐ...வில் எக்ஸ்ப்ளய்ன் எவ்ரிதிங்...! போன்ல கான்வர்சேஷன் எதுவும் வேண்டாம்...!"

ராமஜெயம் ரிஸீவரை வைத்து விட்டு – தலை குனிந்து உட்கார்ந்திருந்த ஆனந்ததீர்த்தனை நெருங்கி ஏதோ சொல்ல முயன்ற விநாடி –

காம்பௌண்ட் கேட்டுக்குள் நுழைகிற ஒரு காரின் சன்னமான இரைச்சல் கேட்டு,

வேக வேகமாய் ஜன்னலுக்குப் போய் - ஸ்கிரீனைத் தள்ளி வெளியே பார்வையைப் போட்டார்.

அந்த ரத்த வண்ண மாருதி கார் உள்ளே நுழைந்து கொண்டிருந்தது. ட்ரைவிங் சீட்டில் பரணி.

3

ராமஜெயம் பதட்டமாய் ஆனந்ததீர்த்தனை ஏறிட்டார்.

"பரணி வந்துட்டுருக்கார்."

"பரணியா... அவன் எதுக்காக இங்கே வர்றான்...?"

"தெரியலையே..."

"நான் இங்கே இருக்கிறதைப் பார்த்தா அவனுக்கு சந்தேகம் வருமே...?"

"நீங்க எதுவும் பேச வேண்டாம்... பரணி ஏதாவது கேட்டா நான் பதில் சொல்லிக்கிறேன்..."

ராமஜெயம் சொல்லிக் கொண்டிருக்கும் போதே – பரணி ஒரு பெரிய வியப்போடும் புன்னகையோடும் - ஹாலுக்குள் நுழைந்தான்.

"அப்பா...! யாரோ ஃப்ரண்ட் வீட்ல கல்யாண நிச்சயதார்த்தம் ஆறு மணிக்கெல்லாம் அங்கே இருக்கணும்னு சொல்லிட்டு – ராமஜெயம் ஸார் வீட்ல வந்து உட்கார்ந்துட்டிருக்கீங்களே..."

ஆனந்ததீர்த்தன் பரணியையே கண்கொட்டாமல் பார்த்தார்.

'இவன் உயிரோடு இருக்கப்போவது இன்னும் ஒரு வருடம்தானா..?'

"என்னப்பா அப்படிப் பார்க்கறீங்க...?"

"ஓ... ஒண்ணுமில்லை..."

"ஒ... ஒண்ணுமில்லையா...? முகம் வேர்த்திருக்கு. கண்ணெல்லாம் சிவந்து இருக்கு..."

ராமஜெயம் பரணியின் தோளைத் தொட்டார். "பரணி! அப்பாவுக்குக் கொஞ்சம் உடம்பு சரியில்லை. காரை ட்ரைவ் பண்ணிட்டு வரும்போது லேசா தலையைச் சுத்தியிருக்கு.... காரை ரோட்டோரமாய் நிறுத்திட்டு சீட்டுல சாய்ஞ்சு கண்ணை மூடி உட்கார்ந்துட்டிருந்தார். நானும், மங்களமும் அந்தப் பக்கமா போனவங்க காரைப் பார்த்துட்டு ஏர்போர்ட்டுக்கு காலைல வந்த பரணி வீட்டுக் கார் மாதிரி இருக்கேன்னு பேசிட்டே பக்கத்துல போய்ப் பார்த்தோம். உங்க அப்பா கண்ணை மூடி சாஞ்சிட்டிருந்தார். நல்ல வேளை... நாங்க விபரம் கேட்டு நிலைமை தெரிஞ்சதுமே உடனே... காரை நான் ஓட்டி, வீட்டுக்கு வந்துட்டோம்."

ராமஜெயம் அழகாகப் பொய் ஒன்றை சரளமாய்ச் சொல்லிக் கொண்டே போக – பரணி பதறினான். பக்கத்தில் போய் உட்கார்ந்து ஆனந்ததீர்த்தனின் நெற்றியில் கை வைத்தான்.

"அப்பா... உங்களுக்கு உடம்பு என்ன பண்ணுது?"

ஆனந்ததீர்த்தன் குரல் தழுதழுத்தார். "ப்ரஷர் ஜாஸ்தியாயிடுச்சு... இப்ப பரவாயில்லை..."

"உங்களை யார் செல்ஃப் ட்ரைவ் பண்ணச் சொன்னது? ட்ரைவர் கிருஷ்ணன்தான் வீட்ல இருக்கானே...?"

ராமஜெயம் பரணியின் தோள் மேல் கையை வைத்தார். "உங்க ஃபேமிலி டாக்டர் மாசிலாமணிக்கு போன் பண்ணியிருக்கேன். அடுத்த அரைமணி நேரத்துக்குள்ளே... அவர் இங்கே வந்துடுவார்..."

"அதுவரைக்கும் வெயிட் பண்ண வேண்டாம்... அப்பாவை ஹாஸ்பிட்டலுக்குக் கூட்டிட்டுப் போயிடலாமா ஸார்...!"

"வேண்டாம்...பரணி! ப்ரஷர் இருக்கிற இந்த நேரத்தில அவர் எழுந்து நடக்கிறதோ கார்ல பயணம் செய்யறதோ

சரியில்லை... டாக்டரே இன்னும் கொஞ்ச நேரத்தில் இங்கே வந்துடப் போறார். டாக்டர் சொல்ற ட்ரீட்மெண்ட் எடுத்து, உங்க ஃபாதர் நார்மலுக்கு வந்ததும் அவரை நீங்க வீட்டுக்குக் கூட்டிட்டுப் போகலாம்...”

ஆனந்ததீர்த்தன் பரணியின் கைகளைத் தளர்வாய்ப் பற்றிக்கொண்டு மெல்லிய குரலில் கேட்டார்.

“நீ... இங்கே எதுக்காக வந்தே...?”

“சிகாகோ சைட் ஸீயிங் வீடியோ காஸெட்டை அம்மாவுக்குப் போட்டுக் காட்ட ஆசைப்பட்டேன்... ஆனா காஸெட் ராமஜெயம் ஸார்கிட்ட இருந்தது. வாங்கிட்டுப் போகலாம்ன்னு வந்தேன்... அப்புறம் வாங்கிக்கலாம்ன்னு அம்மா சொன்னாங்க... நான்தான் கேட்கலை... அப்படிக் கேட்காமே வந்தது இப்போ நல்லதாப் போச்சு... இல்லேன்னா உங்களைப் பார்த்திருக்க முடியுமா...?”

ராமஜெயம் புன்னகைத்தார். “நீங்க பயப்படற அளவுக்கு அப்பாவுக்கு ஒண்ணுமில்லை பரணி. அவர் இங்கே ஒரு மணி நேரம் ரெஸ்ட் எடுத்தா போதும்...” சொன்னவர் தன் மனைவியிடம் திரும்பினார். “மங்களம்! நீ பரணியைக் கூட்டிக்கிட்டு போய் அவருக்கு வேணும்ங்கிற சிகாகோ சைட் ஸீயிங் காஸெட்களை எடுத்துக் குடு...”

“வேண்டாம் ஸார்... அதை அப்புறமா பார்த்துக்கலாம். மொதல்ல அப்பா... நார்மலுக்கு வரட்டும். மொதல்ல அப்பாவை வீட்டுக்குக் கூட்டிக்கிட்டுப் போகணும்... அவரை இவ்வளவு சோர்வா நான் என்னிக்குமே பார்த்ததில்லை...”

“எ... எனக்கு ஒண்ணும் இல்லை பரணி. நீ போய் காஸெட்டுகளை எடுத்துட்டு வா... டாக்டர் வந்து என்னைப் பார்த்ததுமே நாம வீட்டுக்கு புறப்பட்டுப் போயிடலாம்.”

பரணி எழுந்து – மங்களத்தைப் பின்தொடர்ந்து வீட்டுக்குள் போக – ராமஜெயம் ஆனந்ததீர்த்தனுக்குப் பக்கத்தில் உட்கார்ந்தார். குரலைத் தாழ்த்திக் கொண்டு கிசுகிசுத்தார்.

"பரணி இருக்கும்போது டாக்டர்கிட்டே ஒண்ணும் சொல்ல முடியாதே...!"

"இப்ப என்ன பண்றது...?"

"டாக்டரோட கார், காம்பவுண்டுக்குள்ளே நுழைஞ்சதும் நான் அவரை வரவேற்கிற மாதிரி... வெளியே போய்... டாக்டர்கிட்டே விஷயத்தை சொல்லிடறேன். பரணியை நீங்க... உங்க பக்கத்துல உட்கார்த்தி வெச்சுக்கணும்... பரணிக்கு சந்தேகம் வந்துடாதடி பேச்சு குடுத்துட்டிருந்தாப் போதும்..."

ஆனந்ததீர்த்தன் புதிதாய்ச் சுரந்த கண்ணீரோடு ஒரு இயந்திரம் போல் தலையாட்டி வைத்தார்.

இருபது நிமிடங்கள் கரைந்திருந்தபோது – காம்பவுண்ட் கேட்டுக்குள் கார் நுழைய ஜன்னலுக்குப் பக்கத்தில் காத்திருந்த ராமஜெயம் வேக வேகமாய் வெளியே போனார். எழ முற்பட்ட பரணியின் கையைப் பற்றிக் கொண்டார் ஆனந்ததீர்த்தன்.

"என் பக்கத்திலேயே இரு... பரணி..."

பரணி ஆச்சர்யமாய் அவரைப் பார்த்தான். "அப்பா! உங்களைக் காலையில பார்த்ததுக்கும், இப்போ பார்க்கறதுக்கும் ரொம்ப வித்தியாசமா தெரியறீங்க...? நிஜமா உங்க உடம்புக்கு என்ன....? ரெண்டு கண்ணையும் பார்த்தா அழுதமாதிரி இருக்குது..."

"பயமாயிருக்கு பரணி. எனக்கு... ஏதும் ஆயிடாதே...?"

"ஒண்ணும் ஆகாது..."

"என் கையைப் புடிச்சிக்கோ பரணி..."

பரணி அவருடைய கைகளைப் பிடித்துக்கொண்டு ஆறுதல் வார்த்தைகளைச் சொல்லிக் கொண்டிருக்கும் போதே – டாக்டரும், ராமஜெயமும் உள்ளே வந்தார்கள்.

டாக்டர் மாசிலாமணி கடிந்து கொண்டே பக்கத்தில் வந்தார். "என்ன... ஆனந்ததீர்த்தன்... ப்ளட் ப்ரஷர் ஏறிடுச்சா...? செல்ஃப் ட்ரைவிங் வேண்டான்னு... எத்தனை

தடவை வார்ன் பண்ணியிருப்பேன்... ஹை பிளட் பிரஷரோட வயசு அறுபதைத் தொட்டுக்கிட்டு இருக்கும்போது... இது மாதிரியான சில விஷயங்களை அவாய்ட் பண்ணிடணும்..."

ஆனந்ததீர்த்தன் ஈனஸ்வரத்தில் முனகினார். "நான் இதை எதிர்பார்க்கலை..."

"சரி... அப்படியே சோஃபால படுங்க..."

பரணி அவரைப் படுக்க வைத்தான். டாக்டர் மாசிலாமணி ஸ்டெத்தை ஆனந்ததீர்த்தனின் நெஞ்சில் வைத்து நகர்த்தி நகர்த்திப் பார்த்துவிட்டு பரணியை ஏறிட்டார்.

"பரணி..."

"டாக்டர்...!"

"அப்பாவுக்கு, உடனடியா ஒரு இஞ்செக்ஷனைப் போட வேண்டியிருக்கு. இந்த மருந்தை வாங்கிட்டு வந்துடறீங்களா...?" ஒரு ப்ரிஸ்க்ரிப்ஷன் தாளை எடுத்து மருந்தின் பெயரைக் கிறுக்கிக் கொடுத்தார்.

பரணி அதை வாங்கிக் கொண்டு வேகமாய் நகர முயல, டாக்டர் மாசிலாமணி, "ஒரு நிமிஷம்..." என்று குறுக்கிட்டார்.

"இந்த இஞ்ஜெக்ஷன் ஸ்பென்ஸர்க்குப் பக்கத்தில் இருக்கிற எக்ஸல்யர் பார்மஸியிலதான் கிடைக்கும்... வேற எங்கேயும் ட்ரை பண்ணாதீங்க..."

பரணி தலையாட்டி விட்டு – போர்ட்டிகோவில் நின்றிருந்த காரை நோக்கிப் போக – டாக்டர், ஆனந்ததீர்த்தனைப் பார்த்தார்.

"என்ன ப்ராப்ளம்...?"

பரணியின் கார் காம்பவுண்ட் கேட்டைத் தாண்டும் வரை மௌனம் காத்த ஆனந்ததீர்த்தன் - பிறகு டாக்டரின் கைகளைப் பற்றிக் கொண்டு உடம்பு குலுங்க அழுதார்.

"என்ன இது குழந்தை மாதிரி...? வாட்ஸ்... த... ப்ராப்ளம்...? மிஸ்டர் ராமஜெயம் நீங்க வாசல்ல சொல்லிக்

கொடுத்த மாதிரி பரணியை மருந்து வாங்க மவுண்ட் ரோட்டுக்கு அனுப்பிட்டேன். பரணி மருந்தோட திரும்பி வர எப்படியும் அரை மணி நேரமாகும்... அதுக்குள்ளே விஷயத்தைச் சொல்லி முடிங்க...”

ராமஜெயம் ஒரு நீளமான பெருமூச்சைக் காற்று மண்டலத்துக்குத் தாரை வார்த்துவிட்டு, உடைந்து போன குரலில் பரணியின் மருத்துவ அறிக்கைகளை டாக்டரின் கைகளுக்குக் கொடுத்தபடி பேச ஆரம்பித்தார்.

டாக்டர் மாசிலாமணியின் கண்கள் நிலை குத்தின.

“பரணிக்கு மெடுல்லா ட்யூமரா...?” டாக்டரின் கையில் இருந்த மருத்துவ அறிக்கைத் தாள்கள் ஃபேன் காற்றில் படபடத்தன. அவர் அதிர்ச்சியாய் சோஃபாவுக்குச் சாய்ந்தார். உடம்பில் லேசாய் நடுக்கம்.

அறைக்குள் இரண்டு நிமிஷ நேரத்துக்கு ஒரு வேண்டாத நிசப்தம். அந்த நிசப்தத்தை ராமஜெயம் தன் மெல்லிய குரலால் கலைத்தார்.

“டாக்டர்...! பரணிக்கு இது வரக் கூடாத வியாதி. ஒரு கல்யாணத்தைப் பண்ணிக்கிட்டு வாழ வேண்டிய வயசுல சாவு அவரை நெருங்கற கொடுமையை பெத்தவங்க மட்டுமில்லை... யாராலேயும் ஜீரணிக்க முடியாது. டாக்டர் ஹாரீஸ் இந்த விஷயத்தை எங்ககிட்ட சொன்னப்ப... நானும், என்னோட மனைவியும் நொறுங்கிட்டோம். இந்தியாவுக்குத் திரும்பினதும் பரணியோட அப்பாகிட்ட இந்த விஷயத்தைச் சொல்லக் கூடாதுன்னு நினைச்சோம். ஆனா மனசு கேட்கலை... எப்படியும் ஒரு வருஷம் கழிச்சு தெரியப் போற விஷயம் இப்பவே... தெரியறதுல தப்பிலைன்னு நினைச்சு சொல்லிட்டோம்...”

மாசிலாமணி ராமஜெயத்தை ஏறிட்டார். “அந்த மெடுல்லா ட்யூமரை ஆப்ரேஷன்ல ரிமூவ் பண்ண முடியும்ன்னு... டாக்டர் ஹாரீஸ் சொன்னாரா...?”

“ஆமா... ஆனா ரிஸ்க் அதிகம்... உடனே உயிர் போகற வாய்ப்பு இருக்குனு சொன்னார்.”

“அவரை போன்ல கான்டாக்ட் பண்ணலாமா...?”

“தாராளமா... அந்த மெடிக்கல் ரிப்போர்ட்டிலேயே அவரோட டெலிபோன் நெம்பர் இருக்கு... இப்போ சிகாகோல காலை நேரம். மெடிக்கல் சென்டர்லதான் அவர் இருப்பார். அவர் ஃப்ரீயா இருந்தா நீங்க போன் பண்ணி பரணியோட கேஸ் ஹிஸ்டரியைப்பத்தி டிஸ்கஸ் பண்ணலாம்...”

மாசிலாமணி மருத்துவ அறிக்கையில் இருந்த டாக்டர் ஹாரீஸின் டெலிபோன் எண்களை ஒரு தாளில் குறித்துக் கொண்டு – பக்கத்து டீபாயின் மேல் இருந்த டெலிபோன் ரிஸீவரைத் தொட்டார்.

ராமஜெயம் குறுக்கிட்டார்.

“ஒரு நிமிஷம் டாக்டர்... நீங்க போன்ல பேசிட்டிருக்கும்போது பரணி திடீர்னு வந்துடலாம்... நான் போய் போர்டிகோவில் நின்னு பரணி வர்றாரான்னு பார்த்துட்டு வந்துடறேன்...”

ராமஜெயம் போர்டிகோவுக்கு போய் பார்த்துவிட்டு திரும்பவும் வந்தார்.

டாக்டர் மாசிலாமணி ஓவர்சீஸ் காலில் டாக்டர் ஹாரீஸைப் பிடிக்க டயலில் சிகாகோ எண்களைத் தட்ட ஆரம்பித்தார்.

4

சிகாகோவில் டெலிபோன் ரிங் போயிற்று. உடனே ரிஸீவர் எடுக்கப்பட்டது. மாசிலாமணி கேட்டார்.

"சிகாகோ...? டாக்டர் ஹாரீஸ் மெடிக்கல் சென்டர்?"

"எஸ்..." ஒரு பெண் குரல் ஆமோதித்தது.

"டாக்டர் ஹாரீஸோடு பேச வேண்டும்..."

"நீங்கள்...?"

மாசிலாமணி தன் கையில் வைத்திருந்த ரிஸீவரை ராமஜெயத்திடம் கொடுத்தார்.

"மொதல்ல... நீங்க டாக்டர் ஹாரீஸ் கிட்டே பேசிட்டு அதுக்கப்புறமா என்கிட்ட குடுங்க... என்கிட்டே சரளமா பேச டாக்டர் தயங்கலாம்..."

"மே... பி" ரிஸீவரை வாங்கி கொண்ட ராமஜெயம் அதை காதுக்குக் கொடுத்து சரளமான ஆங்கிலத்தில் பேச ஆரம்பித்தார்.

"நான் ராமஜெயம்... இப்போது இந்தியாவிலிருந்து பேசுகிறேன். என் பெயரை டாக்டரிடம் சொல்லுங்கள்.... அவருக்குத் தெரியும். அப்படியும் தெரியவில்லையென்றால் பேஷண்ட் பெயரைச் சொல்லுங்கள். பெயர் பரணி. நோய்.... மெடுல்லா ட்யூமர்..."

"லைனில் இருங்கள்... டாக்டர் உங்களிடம் பேசுவார்" அந்தப்பெண் சொல்லி பத்து விநாடிகளுக்குப் பிறகு – ஆண்குரல் கேட்டது.

“ஹாரீஸ் ஸ்பீக்கிங்...”

“டாக்டர்... நான் ராமஜெயம்... இண்டியா...”

“நினைவு இருக்கிறது... அந்த பேஷண்ட் பரணியோடு இந்தியாவுக்குப் போய்விட்டீர்களா...?”

“ஆமாம்.”

“விஷயத்தை பரணியின் பெற்றோரிடம் சொல்லி விட்டீர்களா?”

“இப்போதுதான் சொன்னேன்... அதுவும் பரணியின் தந்தையிடம் மட்டும்... அவர் இப்போது அதிர்ந்த நிலையில் இருக்கிறார். டாக்டர்! பரணியின் குடும்ப டாக்டர் மாசிலாமணி, இப்போது இங்கே எனக்குப் பக்கத்தில் இருக்கார். அவர் உங்களோடு பேச விரும்புகிறார்...”

“பேசச் சொல்லுங்கள்...”

ராமஜெயம் ரிஸீவரை மாசிலாமணியிடம் கொடுக்க, அவர் வாங்கிப் பேசினார்.

“டாக்டர்! பரணியின் குடும்ப டாக்டர் நான்.... பரணியின் மெடுல்லா ட்யூமர் பற்றிய ஸ்கேன் ரிப்போர்ட்டுகளைப் பார்த்தேன். ட்யூமரை ஆப்ரேஷன் மூலம் அகற்றும் சாத்தியம் இல்லை என்று நீங்கள் குறிப்பிட்டதாக ராமஜெயம் சொன்னார்.”

“ஆமாம்... அந்த ஆப்ரேஷனில் வெற்றி சதவீதம் மிக மிகக் குறைவு. நான் இங்கே இருக்கக்கூடிய சிறந்த அறுவை சிகிச்சை நிபுணர்களைக் கலந்து ஆலோசனை செய்துவிட்டுத்தான் ஆப்ரேஷன் வேண்டாம் என்கிற முடிவுக்கு வந்தேன்... ஆப்ரேஷன் செய்யாத பட்சத்தில் பரணி நிச்சயமாய் ஒரு வருஷத்திலிருந்து ஒன்றரை வருஷ காலம் வரை உயிரோடு இருப்பார்.”

“பரணிக்கு... ஆப்ரேஷன் செய்து பார்க்கலாமே என்பது என் எண்ணம்.”

"மன்னிக்க வேண்டும்... மூளைப் பகுதியில் இருக்கும் கட்டியை அகற்ற முயற்சி செய்வது நோயாளியைக் கொலை செய்வதற்குச் சமம். என்னுடைய கருத்தைச் சொல்லிவிட்டேன்... பிறகு உங்கள் விருப்பம். எதற்கும் அங்கே உள்ள சிறந்த அறுவை சிகிச்சை நிபுணர்களைக் கலந்தாலோசித்து விட்டு ஆப்ரேஷன் செய்வதா, வேண்டாமா என்கிற முடிவுக்கு வாருங்கள். பை... த... பை... என்னுடைய ப்ரிஸ்க்ரிப்ஷன் சார்ட்டைப் பார்த்தீங்களா?"

"பார்த்தேன்."

"பரணிக்கு அதையே ஃபாலோ செய்யுங்கள்... ஏதாவது சந்தேகம் வந்தால் டெலிபோனில் என்னைத் தொடர்பு கொள்ளுங்கள்..."

"நன்றி டாக்டர்..."

மாசிலாமணி ரிஸீவரை வைத்துவிட்டு – ஒரு உஷ்ணப் பெருமூச்சோடு சோஃபாவுக்குச் சாய்ந்து கொண்டார்.

ஆனந்ததீர்த்தன் கம்மிய குரலில் கேட்டார். "டாக்டர் என்ன சொன்னார்...?"

"அதே விஷயம்தான்.... ஆப்ரேஷன் பண்ணினா அது உடனே பரணியோட உயிர்க்கு ஆபத்தா முடியும்னு சொல்றார்... ஆனா என் மனசுக்குள்ளே ஒரு நம்பிக்கை. இங்கே இருக்கிற நியூரோ சர்ஜன்களைக் கன்சல்ட் பண்ணினா... அவங்க பரணியோட பிரச்சனைக்கு ஏதாவது சொல்யூசன் தரலாம்."

ராமஜெயம் குறுக்கிட்டார். "நம்ம நாட்டு டாக்டர்களைக் குறைச்சு மதிப்பிடறதா நீங்க நினைக்கக்கூடாது... டாக்டர் ஹாரீஸ் சிகாகோலேயே ஒரு புகழ் பெற்ற நியூரோ சர்ஜன். அவர் ஒரு முடிவுக்கு வந்துட்டார்னா அது சரியாத்தான் இருக்கும். எனக்கு என்ன தோணுதுன்னா பரணிக்கு ஆப்ரேஷன் பண்றது ரிஸ்க். ஏறக்குறைய ஒன்றரை வருஷகாலம் உயிர் வாழக்கூடிய சாத்தியத்தில் இருக்கிற

பரணியை ஆப்ரேஷன் பண்ணி சாகடிக்கிறது சரியில்லை. வேற வழி ஏதாவது இருக்கான்னு முயற்சி செஞ்சுப் பார்க்கலாம்."

"வேற வழின்னா...?"

"ஹோமியோபதி, சித்த வைத்தியம், இயற்கை வைத்தியம்னு எத்தனையோ வைத்திய முறைகள் இங்கே இருக்கு... அந்த முறைகளை ட்ரை பண்ணிப் பார்க்கலாமே?"

ராமஜெயம் சொல்லிக் கொண்டிருக்கும்போதே – ஜன்னலுக்குப் பக்கத்தில் நின்று – வெளியே காம்பௌண்ட் கேட்டைப் பார்த்துக் கொண்டிருந்த மங்களம் குரல் கொடுத்தாள்.

"பரணியோட கார் வருது..."

மாசிலாமணி ஆச்சரியப்பட்டார்.

"அதுக்குள்ளே மவுண்ட் ரோடு போய் மருந்து வாங்கிட்டு வந்தாச்சா...?"

கார் போர்டிகோவில் வந்து நிற்கும் சத்தம் கேட்டது. தொடர்ந்து காரின் கதவு அறைபடும் சத்தம்.

பரணி வேகமாய் உள்ளே வந்தான். தலை கலைந்து முகம் வியர்த்து தெரிந்தது. சட்டைப் பகுதியின் மடிப்புகளில் ஈரம், கையில் மருந்தை கர்ப்பம் தாங்கிய சிறிய அட்டைப் பெட்டி.

"டாக்டர்... இப்போ... அப்பாவுக்கு எப்படி இருக்கு?"

மாசிலாமணி வலுக்கட்டாயமாய் உதட்டுக்கு ஒரு புன்னகையைக் கொடுத்தார். "கவலைப்பட ஒண்ணும் இல்லை... பரணி! நவ்...ஹி...ஈஸ் ஆல்ரைட்... இந்த இஞ்ஜெக்‌ஷனைக்கூட போட வேண்டிய அவசியமில்லை... வீட்ல ரெண்டு நாள் பெட் ரெஸ்ட் எடுத்தா போதும்..."

"ஹாஸ்பிட்டல்ல அட்மிட் பண்ணிடலாமா டாக்டர்?"

"வேண்டாம்... வீட்டுலயே அவர் ரெஸ்ட் எடுக்கட்டும்... நீங்க, அப்பாவைக் கூட்டிக்கிட்டு... வீட்டுக்குப் போங்க.

நான் ராத்திரி பத்து மணிக்கு மேலே வந்து பார்க்கிறேன்" சொன்ன டாக்டர், ஆனந்ததீர்த்தன் பக்கம் திரும்பினார்.

"உடம்புக்கு ஏதாவது வந்ததுன்னா மனசைத் தைரியமா வெச்சுக்கணும்... போய் ரெஸ்ட் எடுங்க... உடம்புக்கு சரியில்லாமே போனதை உங்க மனைவி கிட்ட சொல்லி அவங்களைக் கலவரப்படுத்தாதீங்க..."

பரணி அப்பாவைக் கைத்தாங்கலாய் எழுப்பினான். போர்டிகோவை நோக்கி நடக்கும்போது ராமஜெயத்திடம் சொன்னான்.

"அப்பா வந்த கார் இங்கேயே இருக்கட்டும் ஸார். நாளைக்குக் காலையில வந்து எடுத்துக்கிறேன்..."

ராமஜெயம் தலையசைத்தார்.

காரை ஓட்டிக் கொண்டிருந்த பரணியையே – பின்சீட்டுக்குச் சாய்ந்து உட்கார்ந்திருந்த ஆன்ந்ததீர்த்தன் இமைக்காமல் பார்த்தார்.

கண்களுக்குள் நீர் சுரு சுருவென்று ஊறியது.

'பரணி! இப்படி அற்பாயுசுல போகவா எங்களுக்குப் புள்ளையா வந்து பொறந்தே...?'

'உனக்கு இப்படியொரு நிலைமைன்னு தெரிஞ்சாலே, உன்னைப் பெத்தவ அந்த நிமிஷமே உயிரை விட்டுடுவாளே...!'

"அப்பா...!"

"...."

"அப்பா...!!" இரண்டாவது தடவை கூப்பிட்டும் பதில் வராமல் போகவே ஸ்டீயரிங்கைப் பிடித்திருந்த பரணி திரும்பிப் பார்த்தான்.

அவர் தன்னையே வெறித்துப் பார்த்தபடி – கண்களில் நீர் மின்ன உட்கார்ந்திருப்பதைப் பார்வையில் வாங்கியதும் பதறிப்போய் ரோட்டோரமாய்க் காரை நிறுத்தினான்.

“அப்பா... என்ன ஆச்சு..? ஏன் அழறீங்க...? உங்க உடம்புக்குத்தான் ஒண்ணுமில்லைன்னு டாக்டர் சொல்லிட்டாரே...”

“ப... பரணி...”

“அப்பா... நீங்க பயந்துட்டீங்க... தைரியமாயிருங்க... ரெண்டு நாள் ரெஸ்ட் எடுத்தா எல்லாம் சரியாப் போயிடும்...”

‘டேய்... ராஜா...! இந்தக் கிழவனுக்கு ஒண்ணுமில்லடா... இந்த சின்ன வயசுல உனக்கு வந்திருக்கிற...’

“அப்பா... என்னையே ஏன் இப்படிப் பார்க்கறீங்க? உங்க உடம்புக்குக் கஷ்டமாயிருந்தா சொல்லுங்க... ஹாஸ்பிடலுக்குப் போயிடலாம்.”

“வே... வேண்டாம்..வீட்டுக்கே காரை விடு...”

“மொதல்ல கண்ணைத் தொடைங்க... சின்னக் குழந்தையாட்டம் அழுதுட்டு...”

காரை நகர்த்தினான் பரணி.

சில நிமிஷங்களில் வீடு வந்தது. காரைப் போர்டிகோவில் நிறுத்தி விட்டு – கீழே இறங்கிய பரணி ஆனந்ததீர்த்தனோடு உள்ளே போனான்.

“பரணி! அம்மாகிட்ட ஒண்ணும் சொல்லிடாதே...”

“நீங்க சொல்லாமே இருந்தா சர்தான்...”

ஹாலில் நுழைந்தார்கள். பாகீரதி வேக வேகமாய் எதிர்ப்பட்டு கணவரை மறித்தாள்.

“அப்பாவும், புள்ளையும் நல்ல நேரத்துக்கு வந்தீங்க. புரோக்கர் வந்து ரொம்ப நேரமா காத்துட்டிருக்கார்...”

“புரோக்கரா?”

“என்ன சுரத்து இல்லாமே புரோக்கரான்னு கேட்கறீங்க? கல்யாண புரோக்கர் பட்டுலிங்கம் அரை மணி நேரமா

வந்து காத்துட்டிருக்கார். நல்ல இடமா நாலு கொண்டு வந்திருக்கார். எல்லாம் ஓகோன்னு இருக்கற ஜாதகங்கள்... போட்டோவிலேயே ஒவ்வொரு பொண்ணும் அசத்தறா. பரணி! நீ என்ன பண்றே... ஒரு அரை மணி நேரம் அவகாசம் எடுத்துக்கறே... சரியா?" சொன்னவள் ஆனந்ததீர்த்தன் பக்கம் திரும்பி "ஏங்க.... ஒரு நல்ல பொண்ணை பார்த்துக் கல்யாணம் பண்ணி வைக்கணும்னு காலையிலதான் பேசிக்கிட்டோம்... மறந்துட்டீங்களா?"

"ஆ... ஆமா பேசிக்கிட்டோம்... ஆனா இப்ப வேண்டாம்னு சொல்றேன்..."

"வேண்டாம்னு எதைச் சொல்றீங்க...? கல்யாணத்தையா? இல்ல கல்யாணப் பேச்சையா...?"

பரணி இடை மறித்தான். "அம்மா! அப்பாவுக்கு உடம்பு சரியில்லை... லேசா ப்ரஷர்."

"என்னது... உடம்பு சரியில்லையா?" முகம் மாறிய பாகீரதி கணவரை நெருங்கினாள். "சாயந்தரம் வெளியே போகும்போதே, ஏகப்பட்ட டென்ஷனோடதான் போனீங்க...! ஆமா... நீங்க போன கார் எங்கே...? பரணியோட மாருதியில வந்து இறங்கியிருக்கீங்க..."

"அம்மா...! அப்பாவை எதுவும் கேட்காதே... நான் சொல்றேன்... அடையார் காந்தி நகருக்குப் பக்கத்துல – ரோட்டோரத்துல அப்பாவோட கார் நின்னுக்கிட்டிருந்ததைப் பார்த்தேன்... காரை ட்ரைவ் பண்ண முடியாத அளவுக்கு தலைச்சுத்தல் இருந்ததால அப்பா ரோட்டோரமாய்க் காரை நிறுத்தியிருந்தார். நல்லவேளையா நான் அந்தப் பக்கம் போனதால அப்பாவோட காரைப் பார்க்க முடிஞ்சுது. காரை அங்கேயே நிறுத்தி லாக் பண்ணிட்டு – என் மாருதியில அப்பாவைக் கூட்டிக்கிட்டு டாக்டர்கிட்டே போனேன். டாக்டர் ஒரு ஊசியைப் போட்டதுகப்பறம் தான் அப்பா நார்மலுக்கு வந்தார்..."

பாகீரதி புரோக்கரிடம் திரும்பினாள். "ஜாதகங்களோட நீங்க வந்த நேரம் சரியில்லை போலிருக்கு... நீங்க இப்ப போயிட்டு வாரம் பத்துநாள் கழிச்சு வாங்க..."

ஆனந்ததீர்த்தன் இரைந்தார்.

"பாகீ...!!!!"

அவள் - அவரை ஆச்சர்யமாய்ப் பார்த்தாள். "ஏன் இப்படிக் கோபப்படறீங்க? பரணிக்கு சீக்கிரமாவே கல்யாணம் பண்ணி வைக்கணும்னு காலையிலதான் பேசிக்கிட்டோம்..."

"ஆ... ஆமா பேசிக்கிட்டோம்... இப்ப இந்த பேச்சு வேண்டாம்னு சொல்றேன்..."

புரோக்கர் எழுந்தார். "ஒண்ணும் அவசரமில்லை. நிதானமாவே பேசிக்கலாம்... அய்யாவுக்கு மொதல்ல உடம்பு குணமாகட்டும்." சொல்லிவிட்டு அவர் வெளியேறியதும், பாகீரதி தவிப்பாய்க் கணவருக்குப் பக்கத்தில் வந்து உட்கார்ந்தாள்.

"இப்ப... உடம்புக்கு எப்படி இருக்குங்க...?"

"ம்..."

"மூஞ்சி ஏன் இப்படி கறுத்து என்னமோ மாதிரி இருக்கு...?" கழுத்திலும், கன்னத்திலும் கை வைத்துப் பார்த்தாள்.

"லேசா உடம்பு சுடுது..."

"அம்மா...! அப்பாவை ரெஸ்ட் எடுக்க விடு... நல்லா தூங்கி எந்திரிச்சா... சரியாயிடும்னு டாக்டர் சொன்னார்... அப்பா! நீங்க உங்க ரூமுக்குப் போங்க..."

ஆனந்ததீர்த்தன் பரணியையே பார்த்தார்.

"அ... அப்பா... உங்களைத்தான்..."

"ம்..."

"உங்க ரூம்ல போய் படுத்துக்கங்க..." அவருடைய தோள்களைப் பிடித்து பரணி தூக்கினான். அவர் தளர்வாய் எழுந்தார். பாகீரதி கலவரமானாள்.

"டேய்... பரணி..."

"என்னம்மா...?"

"உங்கப்பா ஏண்டா உன்னை என்னமோ மாதிரி பார்க்கிறார்? இவருக்கு ப்ளட் ப்ரஷர் ஏறி நான் பார்த்திருக்கேன். டாக்டர் வந்து ஊசி போட்டதும் நார்மலுக்கு வந்திடுவார். இன்னிக்கு இவர் முகமே சரியில்லடா."

"அய்யோ... அம்மா...! அப்பா ஏற்கனவே பயந்து போயிருக்கார். நீ வேற எதையாவது சொல்லி பயமுறுத்தாதே... அப்பா ரெண்டுமணி நேரம் தூங்கி எந்திரிச்சி வரட்டும். அப்பறம் பார்... ஜோக் அடிப்பார்..."

பரணி, பிரமை பிடித்த நிலையில் இருந்த ஆனந்ததீர்த்தனை அவருடைய அறைக்கு அழைத்துப் போய் - கட்டிலில் படுக்க வைத்தான். அவர் காதருகே அம்மாவுக்குத் தெரியாமல் முணுமுணுத்தான்.

"அப்பா! ஏன் இப்படி சின்னக் குழந்தை மாதிரி நடந்துக்கிறீங்க... அம்மாவே பயந்த சுபாவம்னு உங்களுக்குத் தெரியாதா?"

"ப... பரணி..." அவனுடைய தோள் பட்டையை இறுக்கமாய்ப் பற்றினார்.

"என்னப்பா...?"

"நீ... நீ... வெளியே எங்கேயும் போகாதே... இங்கேயே இரு..."

"நான் எங்கேயும் போகலை...கொஞ்ச நேரம் கழிச்சு நம்ம காண்டஸா காரைக் கொண்டாந்துடறேன்."

அவரைப் படுக்க வைத்து விட்டு வெளியே வந்தான். பின்தொடர்ந்த பாகீரதி கேட்டாள்.

"பரணி! நம்ம டாக்டருக்குப் போன் பண்ணலாமா?"

"வேண்டாம்மா... டாக்டரே ராத்திரி பத்து மணிக்கு மேல வந்து பார்க்கறேன்னு சொல்லியிருக்கார்... நீ

மனசைப் போட்டு அலட்டிக்காதம்மா... அப்பாவுக்கு வெறும் பிரஷர்தான்... ராத்திரி டாக்டர் வர்றதுக்குள்ளே சரியாயிடும்..."

"சரி... இப்படி வந்து ஒரு நிமிஷம் உட்காரு..."

"எதுக்கம்மா...?"

"வா... சொல்றேன்..."

பரணியை இழுத்துப் போய் சோஃபாவில் உட்கார்த்தி வைத்துக் கொண்டாள் பாகீரதி.

"என்ன சொல்லு...?"

"உனக்கு வர்ற ஐப்பசிக்குள்ள கல்யாணத்தைப் பண்ணியாகணும்."

"சரி... பண்ணுங்க... நான் ரெடி... கல்யாணம் வேண்டாம்னு நான் சொல்லலையே..."

"பொண்ணுப் பார்க்க ஆரம்பிச்சுட்டோம். அதுக்கு முன்னாடி உன்கிட்ட ஒரு கேள்வி... நீ யாரையாவது மனசுல நினைச்சுட்டிருக்கியா...?"

பரணி உதட்டைப் பிதுக்கினான்.

"என் மனசுல யாரும் கிடையாது. நான் க்ளீன் ஓயிட் போர்டு."

"இருந்தா சொல்லிடு பரணி... அது யாராயிருந்தாலும் உனக்கு கட்டி வெக்கறோம்."

"இருந்தாத்தானம்மா சொல்றதுக்கு...? நீயும், அப்பாவும் எனக்காக எந்தப் பொண்ணை செலக்ட் பண்ணினாலும் சரி, அவ கழுத்துல தாலியைக் கட்ட நான் தயாராயிருக்கேன்."

"என் ராஜா..." பரணியின் முன்னுச்சி கிராப்பைப் பிடித்து இழுத்து – அவனுடைய நெற்றியில் மெல்ல முத்தமிட்டாள் பாகீரதி.

பரணி சிரித்துக்கொண்டே எழுந்தான். "கொஞ்சினது போதும்... நம்ம காண்டஸா கார் அடையார்ல ரோட்டோரத்துல அனாதையா நிக்குது... நான் போய் கொண்டாந்துடறேன்..."

டெலிபோன் கூப்பிட்டது.

வாசலை நோக்கிப் போக ஆரம்பித்த பரணி, டெலிபோனை நெருங்கி ரிஸீவரை எடுத்தான்.

“ஹலோ...”

மறுமுனையில் டாக்டர் மாசிலாமணியின் குரல்.

“பரணி! அப்பாவுக்கு இப்ப எப்படியிருக்கு...?”

“ரொம்பவும் பயந்துட்டார் டாக்டர் - ஏறக்குறைய ஒரு சின்னக் குழந்தை மாதிரி ஆயிட்டார்... ராத்திரி பத்து மணிக்கு நீங்க கண்டிப்பா வீட்டுக்கு வரணும் டாக்டர்...”

“வர்றேன்... அதுக்கு முந்தி நீங்க இப்போ என்னோட க்ளினிக்குக்கு வரணும்.”

“நான் வரணுமா... எதுக்கு டாக்டர்...?”

“உங்களை ஒரு ஜெனரல் செக் - அப் பண்ணணும்...”

“சரியாப் போச்சு... எனக்கெதுக்கு டாக்டர் செக்கப்...? அயம் ஆல்ரைட்...”

“நீங்க சிகாகோல இருந்தப்ப உங்களுக்கு விஷக் காய்ச்சல் வந்து ரொம்பவும் கஷ்டப்பட்டீங்களாமே...?”

“உங்களுக்கு யார் சொன்னது டாக்டர்?”

“மிஸ்டர் ராமஜெயம்...”

“மைகுட்னஸ்! சொல்லிட்டாரா...? சொல்ல வேண்டாம்ன்னு ரெக்வெஸ்ட் பண்ணியிருந்தேன்.”

“ஏதோ பேச்சுவாக்குல சொல்லிட்டார்... உங்க அப்பாவுக்குகூட இந்த விஷயம் தெரியாது... வர்றீங்களா? ஒரு செக்-அப் பண்ணிடுவோம். வந்துட்டுப்போன விஷக் காய்ச்சலை அலட்சியம் பண்ணக்கூடாது...”

“சரி... டாக்டர் வர்றேன்...” பரணி ரிஸீவரை வைக்க, பாகீரதி கேட்டாள்.

“போன்ல யார்ரா... டாக்டரா...?”

“ஆமாம்மா...! எனக்கு ஜெனரல் செக்-அப் பண்ணணுமாம். டாக்டர் க்ளீனிக்குக்கு வரச் சொல்றார்...”

“நல்லதுதான்... போய்ட்டு வா...”

பரணி, டாக்டர் மாசிலாமணியின் க்ளீனிக்கிற்கு போய்ச் சேர்ந்தபோது – அவர் அவருடைய அறையில் இல்லை. நர்ஸ் ஒருத்தி பரிச்சயமாய்ப் புன்னகைத்தாள்.

“டாக்டர் எக்ஸ்ரே யூனிட்டுக்குப் போயிருக்கார். இப்ப வந்துடுவார் ஸார். நீங்க வந்தா ஒரு பத்து நிமிஷம் வெயிட் பண்ணச் சொன்னார்.”

பரணி, டாக்டரின் மேஜையையொட்டி போடடப்பட்டிருந்த நாற்காலியில் உட்கார்ந்து – மாசிலாமணிக்காகக் காத்திருந்த விநாடிகளில் - அவனுடைய பார்வை எதேச்சையாய் - டாக்டரின் திறந்திருந்த மேஜையின் இழுப்பறைக்குப் போக –

நெற்றி சுருங்கியது.

சரியாய் மூடப்படாத இழுப்பறைக்கு வெளியே – ஸ்கேன் ரிப்போர்ட் கவர் நீட்டிக் கொண்டிருக்க –‘பரணி’ என்கிற பெயரைக் கம்ப்யூட்டர் எழுத்துக்கள் உச்சரித்தன.

5

‘இது என்ன என் பெயர் போல் இருக்கிறதே... அதுவும் ஸ்கேன் ரிப்போர்ட்டில்?”

‘டாக்டர் எப்போது என்னை ஸ்கேன் எடுத்தார்...?’

– யோசித்துக் கொண்டே - இழுப்பறைக்கு வெளியே தெரிந்த கவரை எடுப்பதற்காகக் கையை நீட்டிய விநாடி–

டாக்டர் மாசிலாமணி அறைக்குள் நுழைந்தார்.

“வாங்க பரணி! கொஞ்சம் வேலையாய் இருந்துட்டேன்... அப்பா இப்ப ஓகேதானே...?”

பரணி அந்த ஸ்கேன் கவரைப் பார்த்துக் கொண்டே..... திரும்பவும் நாற்காலியில் உட்கார்ந்தான்.

“டாக்டர்...! அப்பா இந்தத் தடவை கொஞ்சம் மனசளவுல டப்பா டிஸ்டர்ப் ஆயிட்டார்ன்னு நினைக்கிறேன்...”

“டோண்ட் ஒர்ரி... பரணி...! சரி பண்ணிடலாம். இந்தத் தடவை கொஞ்சம் பி. பி. அதிகம்தான்... அதான் பயந்துட்டார்.”

“டாக்டர்...”

“ம்...”

“அந்த மேஜை ட்ராயர்ல இருக்கற ஸ்கேன் ரிப்போர்ட் கவர் மேல என் பேர் மாதிரி இருக்கே...? என்னை எப்ப நீங்க ஸ்கேன் பண்ணீங்க?”

மாசிலாமணி திடுக்கிட்டுப் போய் – மேஜை ட்ராயரைப் பார்த்து முகம் மாறினார்.

‘எப்படி இவ்வளவு அஜாக்கிரதையாய் ஸ்கேன் ரிப்போர்ட்டை வைத்து விட்டு வெளியே போனோம்...?’

அந்த அதிர்ச்சியும், யோசனையும் இரண்டே விநாடிகள்தான்!

மாசிலாமணி உணர்ச்சிகளின் துடிப்புகளைக் கண்ணில் கூடக் காட்டாமல் உதட்டில் ஒரு புன்னகையை ஒட்ட வைத்துக் கொண்டு கேட்டார்.

“அந்த ஸ்கேன் கவரை கேக்கறீங்களா?”

“ஆமா...”

“அது உங்களோடது இல்லை...”

“பின்னே கவர் மேல் ‘பரணி’ங்கிற பேர் தெரியுது...?”

மாசிலாமணி ஒரு நமட்டுச் சிரிப்பு சிரித்தார். “அது பரணி இல்லை, தரணி. கம்ப்யூட்டர் பிரிண்டிங்ல இந்த “D” எழுத்தும் “B” எழுத்தும் எப்பவுமே ஒரே மாதிரிதான் தெரியும். தரணி ஒரு பொண்ணோட பேர்... என் லாயர் ஃப்ரண்ட் ஒருத்தரோட டாட்டர்... ஸ்பைனல் கார்ட்ல சம் ப்ராப்ளம்.”

பரணியும் புன்னகைக்கு வந்தான். “அதுதானே பார்த்தேன்... என்னை நீங்க சமீபத்துல ஸ்கேன் பண்ணின மாதிரி எனக்கு ஞாபகமே இல்லை. தரணியை பரணியா நினைச்சு கொஞ்ச நேரத்துல குழம்பிப் போயிட்டேன்.”

மாசிலாமணி ஒரு நிம்மதிப் பெருமூச்சோடு மேஜை டிராயரைச் சாத்திவிட்டு பரணியை ஏறிட்டார்.

“சிகாகோவில் நீங்க இருந்தப்ப... உங்களுக்கு வந்த விஷக் காய்ச்சலைப்பத்திப் பேசுவோம்... ரொம்பவும் கஷ்டப்பட்டுட்டீங்களாமே...?”

“ஆமா டாக்டர்...”

“அங்கே என்ன ட்ரீட்மெண்ட் கொடுத்தாங்க...?”

“ஹாஸ்பிடல்ல இருந்தேன்... ரெண்டு மணி நேரத்துக்கு ஒரு தடவை இன்ஜெக்ஷன் போட்டாங்க... மாத்திரைகளும்

எடுத்துக்கிட்டேன்... ராமஜெயமும், அவரோட ஒய்ஃப்பும் பக்கத்திலேயே இருந்து – என்னைக் கண்ணும் கருத்துமாய்ப் பார்த்துக்கிட்டாங்க... எனக்கு அப்படியொரு விஷக் காய்ச்சல் வந்ததைப்பத்தி என்னோட பேரண்ட்ஸ் உட்பட யாருக்கும் தெரியப்படுத்துக்கூடாதுன்னு அவங்ககிட்ட நான் சொல்லியிருந்தேன். அந்த வேர்ட்ஸை அவங்க கீப் அப் பண்ணலை. உங்ககிட்ட சொல்லிட்டாங்க...”

மாசிலாமணி புன்னகைத்தார். “பரணி! உங்களுக்கு வந்த விஷக் காய்ச்சலைப்பத்தி அவங்களா சொல்லலை. நான்தான் ‘பரணி ரொம்பவும் இளைச்ச மாதிரி தெரியறாரே... என்ன விஷயம்’ன்னு கேட்டேன். அவங்க மொதல்ல தயங்கினாலும், நான் வற்புறுத்தவும் விஷயத்தைச் சொல்லிட்டாங்க... விஷக்காய்ச்சல் வந்த உடம்பை அலட்சியம் பண்ணக் கூடாது. அட்லீஸ்ட் ஒரு வருஷத்துக்காவது... மாசத்துக்கு ஒரு தடவை ப்ளட் டெஸ்ட் பண்ணிப் பார்த்துக்கணும். ஐ சைட்டையும் செக் பண்ணிக்கணும்.”

“டாக்டர்...! நீங்க சொன்னது எதுவுமே தேவையில்லை. யூ ஸீ அயம் பெர்ஃபக்ட்லி ஆல்ரைட்...”

“நீங்க அப்படி ஃபீல் பண்ணலாம்... உங்க குடும்ப டாக்டர்ங்கிற உரிமையில உங்களை செக்-அப்புக்கு உட்படுத்த நான் விரும்பறேன்.”

“டாக்டர்... வந்து...”

“ப்ளீஸ்... மறுக்காதீங்க பரணி. இது என்னுடைய திருப்திக்காக...”

“ஓ. கே...... ஐ அக்ரி வித் யூ... பட் ஒன் கண்டிஷன்...”

“என்ன...?”

“என்னோட அப்பா, அம்மாவுக்கு இந்த விஷயம் தெரியக் கூடாது... சாதாரணமா எனக்குத் தலைவலி வந்தாலே... துடிச்சுப் போயிடற அம்மாவுக்கு இந்த விஷக் காய்ச்சல் விஷயம் தெரிஞ்சா... ஒரேயடியா அப்செட் ஆயிடுவாங்க...”

“அது எனக்குத் தெரியாதா என்ன...?”

“செக்-அப் முடிய எவ்வளவு நேரமாகும் டாக்டர்...?”

“அரைமணி நேரம் போதும்...” டாக்டர் சொல்லிக் கொண்டிருக்கும்போதே பாதி திறந்த கதவு வழியாய் ஒரு நர்ஸ் எட்டிப் பார்த்தாள்.

“டாக்டர்...!”

“என்ன...?”

“ஒரு எமர்ஜென்ஸி கேஸ்...”

“என்ன... ப்ராப்ளம்...?”

“சிவியர் ஃபிட்ஸ்... பேஷண்ட் வரலை, உங்களை வீட்டுக்கே கூட்டிட்டுப் போறதுக்காக ஒரு பொண்ணு காத்துட்டிருக்கா...”

“அந்தப் பொண்ணை உள்ளே வரச் சொல்லு...”

நர்ஸின் தலை மறைந்த அடுத்த சில விநாடிக்குள் ஒரு பெண் வியர்த்த முகமாய் அறைக்குள் நுழைந்தாள். வயது இருபதிலிருந்து இருபத்தைந்துக்குள் இருக்கலாம்... மாந்தளிர் நிறத்தில் களையான முகம் - சுருண்ட தலைக்கேசம். சற்றே சாயம் போயிருந்த ஆர்கெண்ஸா சேலையும், காதுகளில் இருந்த இமிடேஷன்களும் - அவளுடைய பொருளாதார நிலைமை சரியில்லை என்று ஒரு க்ராஃப் போட்டுக் காட்டியது.

“டா... டாக்டர்... எங்கம்மாவுக்கு உடம்பு ரொம்பவும் முடியலை. கையும் காலும் தன்னிச்சையா வெட்டிக்குது... நீங்க உடனே வரணும்.”

மாசிலாமணி சிடுசிடுத்தார்.

“ஏன்மா....பேஷண்ட்டை இங்கேயே கூட்டிட்டு வந்திருக்கலாம் இல்லையா...?”

“ஆட்டோ ரிக்ஷா... எதுவுமே சமயத்துக்குக் கிடைக்கலை. வீடு ரெண்டு தெரு தள்ளி இருக்கு... நீங்க உடனே வந்து பார்த்தீங்கன்னா... பரவாயில்லை டாக்டர்...”

"நான் அங்கே வந்து பேஷண்ட்டைப் பார்க்கிறதைக் காட்டிலும் எப்படியாவது இங்கே கொண்டு வந்திருந்தா ட்ரீட்மெண்ட்டை உடனே ஆரம்பிச்சிருக்கலாம் இல்லையா...? பார்த்தா படிச்ச பொண்ணு மாதிரி இருக்கே... இதுகூடவா உனக்குத் தெரியாது...?"

"டாக்டர்... ப்ளீஸ் டாக்டர்... பேசிட்டிருக்க நேரமில்லை. நீங்க வந்து பார்க்கலைன்னா... அம்மா ஏதாவது ஆயிடும்... வீடு ரொம்ப தூரத்துல இல்ல டாக்டர்... ரெண்டு தெரு தள்ளி இருக்கற கற்பக விநாயகர் கோயில் வீதிதான்..."

"இப்ப....என் கார் வேற வெளியே போயிருக்கு... அது திரும்பி வர ரெண்டு மணி நேரமாயிடும்..."

"டாக்டர்...ப்ளீஸ் டாக்டர்..." அந்தப் பெண் கண்ணீர் சிதற மாசிலாமணியின் கால்களை வந்து பற்றிக் கொண்டாள்.

"அட... எந்திரிம்மா... இப்படி கால்ல வந்து விழுந்துட்டா உங்கம்மாவுக்கு சரியாயிடுமா...?"

பரணி இப்போது குறுக்கிட்டான்.

"டாக்டர்... உங்க கார் எங்கே போயிருக்கு?"

"என் ஒய்ஃப் எடுத்துட்டு ரிலேட்டிவ் வீட்டுக்குப் போயிருக்கா, அவ்வளவு சுலபத்துல வரமாட்டாளே..."

"சரி... வாங்க டாக்டர்... காரை நான் ட்ரைவ் பண்றேன்..."

"நீங்களா...? உங்களுக்கு எதுக்காக இந்த சிரமம். திஸ் ஈஸ் டூ மச்... நான் ஒரு ஆட்டோ பிடிச்சு... இந்தப் பொண்ணுகூட போய்க்கிறேன்... ஒரு அரைமணி நேரத்துக்குள்ளே திரும்பி வந்துடுவேன்... இங்கேயே வெயிட் பண்ணுங்க..."

"நோ டாக்டர்... என்ன செக்-அப் பண்றது இப்போ ரெண்டாம் பட்சம்... நான் நாளைக்குக்கூட வந்து செக்-அப்பை முடிச்சுக்கிறேன்... மொதல்ல அந்தப் பொண்ணோட மதரைக் கவனிங்க... வாங்க... காரை நான் ட்ரைவ் பண்றேன்..."

“பரணி...”

“இதுல... எனக்கு எந்த சிரமமும் இல்லை... வாங்க டாக்டர்...”

பரணி நடக்க – டாக்டர் மாசிலாமணி ஒரு பெருமூச்சோடு எழுந்து நடந்தார்.

மாருதி 1000 – அந்தக் குறுகலான இரண்டு தெருக்களைச் சிரமமாய்க் கடந்து அந்தப் பெண் சுட்டிக் காட்டிய ஓட்டு வீட்டுக்கு முன்பாய் என்ஜின் இயக்கத்தை நிறுத்திக் கொண்டது.

அந்தப் பெண் மெடிக்கல் கிட்டை வாங்கிக்கொண்டு முன்னால் செல்ல – டாக்டர் தொடர்ந்தார்.

பின்னால் பரணி.

வீட்டுக்குள் நுழைந்தவனின் கண்கள் ஒரு சின்ன அதிர்ச்சியை வாங்கிக் கொண்டது!

6

சுவரில் பெரிதாய் மாட்டப்பட்டு – வாடிப்போன பூச்சரத்தோடு தெரிந்த அந்தப் போட்டோ பரணியின் நெற்றியைச் சுருங்க வைத்தது.

‘இவர்... இவர்...?’

போட்டோவில் இருந்த பெரியவரின் புன்னகை ததும்பும் முகம் வெகு பரிச்சயமாய் இருந்தது. போட்டோவைப் பார்த்துக் கொண்டு உள்ளே போனான்.

வீட்டின் இரண்டாவது அறையில் சுவரோரமாய் ஒரு கட்டில் தெரிய – பெரிய பெரிய சுவாசங்களோடு மெலிவான ஒரு அம்மாவின் உடம்பு பார்வைக்குக் கிடந்தது. கட்டிலைச் சுற்றிலும் தாவணி அணிந்த மூன்று பெண்கள், நனைந்த கண்களோடு ஒரு அழுகைக்குத் தயாராக நின்று கொண்டிருந்தார்கள்.

மாசிலாமணி, அந்தப் பெண் எடுத்துப் போட்ட நாற்காலியில் உட்கார்ந்து – கட்டிலில் கிடந்த அந்த அம்மாளின் ஒடுங்கிய மார்பில் ஸ்டெத்தை வைத்துப் பார்த்தார்.

“எவ்வளவு நாளா உடம்பு சரியில்லாம இருக்காங்க!”

“அஞ்சாறு வருஷமாவே... அம்மாவுக்கு ஆஸ்துமா ட்ரபுள் இருந்தது. ஹோமியோபதி மருந்து சாப்பிட்டு வந்தாங்க... ஓரளவுக்குக் குணமான மாதிரியும் இருந்தது. இன்னிக்குத்தான் அம்மாவுக்கு இந்த மூச்சிரைப்பும், வலிப்பும் வந்திருக்கு...”

“அம்மாவுக்கு என்ன வயசு...?”

“ஐம்பத்தி ரெண்டு.”

“அப்பா...?”

“அவர் காலமாயிட்டார்...”

மாசிலாமணி அந்த அம்மாளை இரண்டு நிமிஷ நேரம் தீவிரமாய்ப் பரிசோதித்து விட்டு – நிமிர்ந்தார்.

“இவங்களை உடனடியா ஹாஸ்பிடலைஸ் பண்ணணும்... நுரையீரல்களில் இருக்கிற காற்றறைகளில் ஸ்பூட்டம் நிறைய ஃபார்மாயிருக்கு. அதை உடனே எடுக்கணும். இல்லேன்னா மூச்சுவிடத் திணறி அது உயிருக்கே ஆபத்தா முடியலாம்.”

“ஹாஸ்பிட்டல்ல சேர்த்துடலாம் டாக்டர்...”

மாசிலாமணி, வீட்டின் சூழ்நிலையை மனதில் கொண்டு கன்னத்தை மெல்லச் சொறிந்தார்.

“பணம் நிறைய செலவாகுமே...”

“பரவாயில்லை டாக்டர்...! என்னால செலவழிக்க முடியும்.”

“ஆமா...எங்க வொர்க் பண்றே?”

“ரதி காஸ்மெடிக்ஸ் கம்பெனியில டைப்பிஸ்ட்டா வொர்க் பண்றேன்...”

“உன் பேரு...?”

“மலர்...”

“இவங்க...?” கட்டிலைச் சுற்றிலும் நின்றிருந்த தாவணிப் பெண்களைச் சுட்டிக் காட்டி கேட்டார் மாசிலாமணி.

“என்னோட சிஸ்டர்ஸ்.”

“நீதான் மூத்த பொண்ணா...?”

“ஆமா...”

பரணி இப்போது குறுக்கிட்டுக் கேட்டான். “அண்ணன் தம்பினு வேற யாரும் இல்லையா...?”

“இல்லை...”

“உங்ககிட்ட ஒரு சின்ன கேள்வி..கேக்கணும். உங்கப்பா பேரு மீனாட்சி சுந்தரம்தானே...?”

மலரின் கண்கள் லேசான ஆச்சரியத்தோடு விரிந்தன. “எங்க அப்பாவை உங்களுக்குத் தெரியுமா?”

“ராயப்பேட்டை ஹைஸ்கூல்ல தமிழ் வாத்தியாராய் இருந்தவர்தானே உங்க அப்பா...?”

“ஆமா...”

“நான் அவரோட ஸ்டூடண்ட். உங்க வீட்டு முகப்பறையில இருந்த அவரோட போட்டோவைப் பார்த்தப்ப... நேர்லயே அவரைப் பார்க்கிற மாதிரி இருந்தது...”

டாக்டர் மாசிலாமணி புன்னகைத்தார். “பரணி! உங்க வாத்தியாரோட குடும்பத்துக்கு உதவி பண்றதுக்காகவே, இன்னிக்கு நீங்க ஹாஸ்பிட்டலுக்கு வந்திருக்கீங்க...”

பரணியும் புன்னகைத்தான்.

“அதுதான் நேரம். டாக்டர்! இந்த அம்மாவை உடனே ஹாஸ்பிடலைஸ் பண்ணி, வேண்டிய சிகிச்சையைக் குடுங்க. எவ்வளவு காஸ்ட்லியா இருந்தாலும் பரவாயில்லை... நான் பார்த்துக்கிறேன்.”

“நீங்க சொல்ல வேண்டியதே இல்லை பரணி... இனிமே அவங்களைக் குணப்படுத்த வேண்டியது என்னோட பொறுப்பு... பேஷண்ட்டை மொதல்ல அட்மிட் பண்ணணும். காருக்குக் கொண்டு போயிடலாமா...?”

மாசிலாமணி எழுந்தார்.

மாடி ஜன்னலுக்குப் பக்கத்தில் நின்று பார்வையை வெளியே போட்டிருந்த கணவரை நெருங்கினாள் பாகீரதி.

“என்னங்க...?”

“.....”

“என்னங்க... உங்களைத்தான்...!” பாகீரதி தோளைப் பிடித்து உசுப்ப, ஆனந்ததீர்த்தன் துணுக்குற்றுப் போய்த் திரும்பினார். மனைவியைப் பார்த்ததும் கண்களைத் தாழ்த்தினார். “என்ன பாகீ...?”

“எங்கே மூஞ்சியைக் கொஞ்சம் நிமிர்த்துங்க...”

“எ... எதுக்கு...?”

“நிமிர்த்துங்க. சொல்றேன்...”

நிமிர்ந்தார்.

பாகீரதி தன் பார்வையால் கணவரின் முகத்தை ஊடுருவி விட்டுக் கேட்டாள்.

“அழுதீங்களா?”

“இ... இல்லையே...”

“பின்னே... கண்ணெல்லாம் சிவந்து இருக்கு!”

“ராத்திரி சரியாத் தூங்கலை...”

“ஏன்...?”

“தலைவலி...”

“உங்களைப் பார்த்தா ராத்திரி பூராவும் தூங்காதது மாதிரி தெரியலை...”

“நீ... என்ன சொ... சொல்றே...?”

“மனசுக்குள்ளே ஏதோ ஒரு பெரிய பாரத்தை அடக்கி வெச்சுக்கிட்டிருக்கிற மாதிரி தெரியுது... நேத்து நீங்க வெளியே போய்ட்டு வந்ததிலிருந்தே சரியில்லை... பிசினஸ்ல ஏதாவது பிரச்சனையா...?”

“அதெல்லாம் இல்லை...”

“பின்னே...?”

“உடம்புக்குத்தான் முடியலை... பி.பி. எப்படியோ ஜாஸ்தியாயிடுச்சு...”

பாகீரதி சிரித்தாள். "நமக்குக் கல்யாணமாயி இது முப்பதாவது வருஷம். இந்த முப்பது வருஷத்துல உங்களோட ஒவ்வொரு அங்க அசைவுக்கும் எனக்கு அர்த்தம் தெரியும். உங்க உடம்புக்கு ஏதாவது வந்தா இவ்வளவு தூரம் அலட்டிக்கவே மாட்டீங்க...! என்கிட்ட சொல்லுங்க...! உங்களுக்கு என்ன பிரச்சனை...?"

'இவள் விடமாட்டாள். ஏதாவது சொல்லி சமாதானப்படுத்தாவிட்டால் என் மனதில் இருப்பதைச் சுரண்டி எடுத்து விடுவாள்!'

"என்னங்க! பேச்சையே காணோம்..."

"பாகீ...!"

"ம்..."

"நீ நினைச்சது சரிதான்... பிசினஸ்ல கொஞ்சம் பிரச்சனை...?"

"என்ன பிரச்சனை...?"

"நம்ம கம்பெனியில தயார் பண்ணின எக்ஸ்போர்ட் குவாலிட்டி ப்ராடக்ட்ஸ் இன்டர்நேஷனல் மார்க்கெட்ல சரியா விலை போகலை... அதனால பெரிய நஷ்டம் வரும் போலிருக்கு..."

பாகீரதி உடனே நம்பிவிட்டாள். முகம் மாறி, கைகள் நடுங்க கணவரின் தோள்பட்டையை மெல்லப் பற்றினாள்.

"பரணிக்கு இந்த விஷயம் தெரியுமா?"

"இன்னும் சொல்லலை... சிகாகோவிலிருந்து நேத்திக்குத்தான் வந்திருக்கான்... உடனே சொல்லி அவனோட சந்தோஷத்தை ஏன் கொடுக்கணும்?"

"நஷ்டம்ன்னா... எவ்வளவு...?"

"இன்னும் சரியா கணக்குத் தெரியலை..."

மாடிப்படிகளில் யாரோ ஏறிவரும் சத்தம் கேட்டது. ஆனந்ததீர்த்தனும், பாகீரதியும் திரும்பிப் பார்த்தார்கள்.

டாக்டர் மாசிலாமணி.

"வாங்க டாக்டர்..."

மாசிலாமணி புன்னகைத்தார், "என்ன ஆனந்ததீர்த்தன்! ஹெள டு யூ ஃபீல்...நவ்? ராத்திரி நல்லாத் தூங்கினீங்களா?"

"சரியான தூக்கமில்லை டாக்டர்! மீறிப்போனா ஒரு ரெண்டு மணி நேரம் தூங்கியிருப்பேன்."

"பில்ஸ் போட்டுகிட்டு தூங்கியிருக்கலாமே...! ஆமா பரணி எங்கே...?"

"காலையில ஏழு மணிக்கே கம்பெனிக்குப் போயிட்டான்."

மாசிலாமணி பாகீரதியிடம் திரும்பினார். "எனக்கு உங்க வீட்டு காப்பி அரை கப் வேணும்..."

"இதோ..." பாகீரதி சேலைத் தலைப்பை இழுத்துப் போர்த்திக் கொண்டு அறையினின்றும் கிளம்பிப் போக – டாக்டர் மெல்ல நடந்து ஆனந்ததீர்த்தனுக்குப் பக்கத்தில் வந்து நின்றார். சில விநாடி மௌனத்துக்குப் பின் சொன்னார்.

"நேத்து ராத்திரி பரணியைக் கம்ப்ளீட்டா என்னோட க்ளீனிக்ல வெச்சு டெஸ்ட் பண்ணிப் பார்த்துட்டேன்."

ஆனந்ததீர்த்தனின் விழிகளில் நீர்.

"பரணியை... எமன் வாயிலிருந்து மீட்டிட முடியுமா டாக்டர்?"

"ஸாரி – ஆனந்ததீர்த்தன்...! பரணிக்கு வந்திருக்கிற ட்யூமரை ஆப்ரேஷன் பண்ணி எடுக்க வழியில்லை. கடந்த பத்து வருஷ காலத்துல இது மாதிரியான மெடுல்லா ட்யூமர் ஆப்ரேஷன் பண்ணினதில் ஒருத்தர்கூட உயிர் பிழைக்கலை... அதை வெச்சுப் பார்க்கும்போது பரணிக்கு ஆப்ரேஷன் பண்ணினா அந்த நிமிஷமே அவரை நாம இழக்கவேண்டியதுதான்..."

"டா... டாக்டர்...!"

"மனசை தைரியமா வெச்சுக்க வேண்டியதைத் தவிர வேற வழியில்லை."

"மருந்து மாத்திரைகளை ஒழுங்கா சாப்பிட்டு வந்தா ட்யூமர் குறைய வாய்ப்பிருக்குன்னு டாக்டர் ஹாரீஸ் சொல்லியிருக்காரே...?"

"சிட்டியில இருக்கிற நியூரோ சர்ஜன்ஸ் ரெண்டு பேரைக் கன்ஸல்ட் பண்ணிப் பார்த்தேன். ட்யூமர் கரைய வாய்ப்பில்லைங்கிறது அவங்க ஸ்டேட்மெண்ட்..."

"டா... டாக்டர்..." ஆனந்ததீர்த்தனின் உதடுகள் துடித்தன. "அப்படீன்னா... பரணியோட நாட்களை எண்ண வேண்டியதுதானா?"

"ஆமான்னு சொல்றதைத் தவிர வேறு எதுவுமே செய்ய முடியாத நிலைமையில நான் இருக்கேன்..."

"டிங்... டணார்..."

சத்தம் கேட்டு டாக்டரும், ஆனந்ததீர்த்தனும் திரும்பிப் பார்த்தார்கள்.

பாகீரதி அறை வாசலில் நின்றிருக்க – காப்பி டம்ளர் மொசைக் தரையில் அரைவட்டம் போட்டுக் கொண்டிருந்தது.

7

ஆனந்ததீர்த்தனும் - டாக்டர் மாசிலாமணியும் சட்டென்று உறைந்து போன இருதயங்களோடு ஒருத்தரையொருத்தர் கலவரமாய்ப் பார்த்துக் கொண்டார்கள்.

‘பரணியைப் பற்றி பேசிக் கொண்டது பாகீரதியின் காதில் விழுந்திருக்குமோ...’

விழவில்லை என்பது – அடுத்த விநாடியே பாகீரதியின் புன்னகையிலிருந்து தெரிந்தது.

“ஸாரிங்க.... காபி டம்ளர்.... கை நழுவிடுச்சு... வேற காப்பி கொண்டு வந்துடறேன். பொன்னீ....! காப்பி சிந்தின இடத்தை துடைச்சு சுத்தம் பண்ணிடு...!!” பாகீரதி குரல் கொடுத்துக் கொண்டே சமையலறை இருந்த திசையை நோக்கி நகர – ஆனந்ததீர்த்தனும், மாசிலாமணியும் பரஸ்பரம் நிம்மதிப் பெருமூச்சுகளோடு பார்த்துக் கொண்டார்கள்.

“பாகீரதி காதுல நாம பேசினது விழுந்து இருக்குமோன்னு நினைச்சேன்.”

“இனிமே பரணியைப் பத்தி இந்த வீட்ல எதுவும் பேசக் கூடாது. பரணியோட நிலைமை அவளுக்கு தெரிஞ்சுச்சுன்னா... அந்த நிமிஷமே அவ உயிரை விட்டுடுவா... டாக்டர்... எக்காரணத்தைக் கொண்டும் அவளுக்குத் தெரியவே கூடாது.”

மாசிலாமணி குரலைத் தாழ்த்திக் கொண்டார். “எத்தனை நாளைக்குத்தான் மறைச்சு வைக்க முடியும்... என்னிக்காவது ஒருநாள் தெரிஞ்சுதானே... ஆகணும்...”

"தெரியும்போது தெரியட்டும் டாக்டர்... அதுக்கு முன்னாடி எனக்கு ஏதாவது ஒண்ணு ஆயிடுச்சுன்னா ரொம்பவும் சந்தோஷப்படுவேன்."

மாசிலாமணி ஆனந்ததீர்த்தனின் தோள் மேல் கையை வைத்து...

"இந்த நேரத்துலதான் நீங்க தைரியமா இருக்கணும்..."

"தைரியம் எங்கிருந்து வரும் டாக்டர்...? எந்த நம்பிக்கையை வெச்சுக்கிட்டு நான் தைரியமாய் இருக்கிறது...?"

காப்பியோடு வருகிற பாகீரதியின் தலை தெரிந்ததும் இருவரும் மௌனமானார்கள்.

பாகீரதி அவர்களை நெருங்கினாள். "டாக்டர்! இன்னிக்கு நீங்க அதிசயமா வாயைத் திறந்து காப்பி வேணும்னு கேட்டீங்க... அதான் முதல் காப்பி தரையில கொட்டிடுச்சு..."

மாசிலாமணி கஷ்டப்பட்டு புன்னகைத்தார். "நான் காப்பி கேட்ட வேளை சரியில்ல போலிருக்கு." பாகீரதி நீட்டிய காப்பி டம்ளரை வாங்கி உதட்டுக்கு கொடுத்தார் டாக்டர்.

"சர்க்கரை போதுமா டாக்டர்?"

"போதும்... போதும்..."

அவர் காப்பியைக் குடித்து முடிக்கும் வரை மௌனமாக இருந்த பாகீரதி பின் கேட்டாள்.

"டாக்டர்! இவருக்கு பி.பி. எதனால ஏறிச்சுன்னு உங்களுக்குத் தெரியுமா?"

"தெரியலையே... எதனால?"

"பிசினஸ்ல எவ்வளவோ நஷ்டம் வந்தப்பெல்லாம் கலங்காதவர்... இப்ப கலங்கிப் போயிருக்கார்... நீங்கதான் தைரியம் சொல்லணும்... ஒரே நாள்ல சின்னக் குழந்தை மாதிரி ஆயிட்டார்."

"என்ன... ஆனந்ததீர்த்தன்... இந்த பிசினஸ் நஷ்ட விஷயத்தை என்கிட்ட நீங்க சொல்லவே இல்லையே...?"

"வெளியே தெரிய வேண்டாமேன்னு நினைச்சேன்."

"இதோ பாருங்க ஆனந்ததீர்த்தன்... ஒரு மனுஷனோட வாழ்க்கையில இன்பம்-துன்பம், லாபம்-நஷ்டம், பிறப்பு-இறப்பு எல்லாமே சாதாரண விஷயங்கள். இன்றைய நஷ்டம் நாளைய லாபம்... எல்லாத்தையுமே சரிசமமா நினைச்சுட்டா.... அந்த மனுஷனுக்கு ஒரு கஷ்டமும் இல்லை... பிசினஸ் விஷயத்தையெல்லாம் பரணிகிட்ட ஒப்படைச்சுட்டு... நீங்க ஹாய்யா இருக்கலாம்."

பாகீரதி குறுக்கிட்டு சொன்னாள். "டாக்டர்! பரணிகிட்ட பிசினஸை முழுசுமா ஒப்படைக்கறதுக்கு முந்தி – அவனுக்கு ஒரு கல்யாணத்தை பண்ணி வைக்கணும்ங்கிறது என்னோட ஆசை..."

"கல்யாணமா...?" மாசிலாமணியின் முகம் அவரது கட்டுப்பாட்டையும் மீறி மாறியது.

"என்ன டாக்டர்... பரணிக்கு கல்யாணம்னு நான் சொன்னதும் உங்க முகம் மாறிப் போச்சு... ஏன், பரணி இப்ப கல்யாணம் பண்ணக்கூடாதா...?"

ஒரே வினாடிதான்..

டாக்டர் முகபாவத்தை சட்டென்று மாற்றிக் கொண்டார். "பிசினஸை இன்னும் கொஞ்சம் நல்லா டெவலப் பண்ணிட்டு... அப்புறமா பரணி கல்யாணத்தை பண்ணிக்கிறது நல்லதுன்னு நினைச்சேன்... மத்தபடி ஒண்ணுமில்ல. சரி... இதைப் பத்தி பரணிகிட்டே கேட்டீங்களா... அவர் என்ன சொன்னார்...?"

"அவன் ரெடி... தாரளமா... பொண்ணுப் பார்க்க ஆரம்பிக்கலாம்ன்னு சொல்லிட்டான்."

"அ... அ... அப்புறமென்ன? பண்ணிட வேண்டியதுதான்..."

“நேத்திக்கு புரோக்கர் நாலஞ்சு ஜாதகம் கொண்டு வந்திருந்தார். ஆனா... இவர் வேண்டாம்னுட்டார்...”

“ஏன்...?”

“பரணியோட கல்யாணத்துக்கு இன்னும் கொஞ்ச நாள் போகட்டும்னு சொல்றார். பரணி வெளிநாட்டிலிருந்து திரும்பறதுக்கு முன்னாடி அவனோட கல்யாணத்தைப் பத்தியே பொழுதன்னிக்கும் பேசிட்டிருப்பார். இன்னிக்கு இப்படி பேசறார்... இவருக்கு என்ன ஆச்சுன்னே தெரியலை...”

“ஒண்ணும் ஆகலை. பிசினஸ்ல ஏற்பட்ட நஷ்டத்தால கொஞ்சம் குழம்பிப்போய் இருக்கார். ஒரு வாரம் பத்து நாள்ல எல்லாம் சரியா போயிடும்...”

“டாக்டர்! உங்களுக்குத் தெரிஞ்ச வகையில பரணிக்கு ஏத்த பொண்ணு இருந்தா சொல்லுங்க... அதையும் பார்ப்போம். பெரிய அளவுல சொத்து பத்து இருக்கணும்ங்கிற அவசியம் இல்லை... பொண்ணு குடும்பத்துக்கு ஏத்த மாதிரி லட்சணமா இருந்தாப் போதும்...”

“பரணிக்கு பொண்ணா கிடைக்காது...? பார்த்துடலாம்...” மாசிலாமணி வெளியே பார்த்துக்கொண்டு சொன்னாலும், குரல் வெகுவாய் உடைந்திருந்தது.

சாத்துக்குடி ரசத்தை ஸ்பூனில் எடுத்து ஒவ்வொரு வாயாய் அம்மாவுக்குப் புகட்டிக் கொண்டிருந்த மலர், அறை வாசலில் நிழல் தட்டுவதை உணர்ந்து திரும்பினாள்.

பரணி புன்னகையோடு நின்றிருந்தான். உட்கார்ந்திருந்த ஸ்டூலிலிருந்து பதட்டமாய் எழுந்தாள் மலர்.

“ஸ... ஸார்...”

“டென்ஷனே வேண்டாம்... மொதல்ல அம்மாவைக் கவனிங்க... நான் இப்படி உட்கார்ந்துக்கிறேன்...” சொன்ன பரணி அங்கிருந்த ஸ்டீல் நாற்காலியை விரித்துப் போட்டு உட்கார்ந்தான்.

மலர் டம்ளரில் இருந்த சாத்துக்குடி ரசத்தை ஒரு ஐந்து நிமிஷ நேரத்திற்குள் புகட்டிவிட்டு – பரணியிடம் வந்தாள்.

"அம்மாவுக்கு இப்போ எப்படியிருக்கு...?"

"பரவாயில்லை ஸார்... உடனடியா ஹாஸ்பிடலுக்குக் கொண்டு வந்து ட்ரீட்மெண்ட் ஆரம்பிச்சதனால... உடம்பு வேகமா தேறிட்டு வருது. எங்க அம்மாவை இப்போ உயிரோட பார்த்துட்டிருக்கோம்ன்னா அதுக்குக் காரணம் நீங்கதான் ஸார்... நீங்கமட்டும் அன்னிக்கு இல்லைன்னா..."

பரணி கையமர்த்தினான். "இதே வாக்கியத்தைத்தான் நேத்திக்கும் சொன்னீங்க... இன்னிக்கும் சொல்றீங்க... வேற எதுவுமே பேச மாட்டீங்களா...?"

"ஸ... ஸார்..."

மலரின் கண்களில் நீர்.

"அடடே...! நான்... ஏதாவது தப்பா சொல்லிட்டேனா..."

"ஸார்... உங்களைப் பார்க்கறப்பெல்லாம் எனக்கு நீங்க செஞ்ச உதவிதான் ஞாபகத்துக்கு வருது...."

பரணி புன்னகைத்தான்.

"எனக்கு, உங்களைப் பார்க்கறப்பெல்லாம் எது ஞாபகத்துக்கு வருது தெரியுமா?"

"எது...?"

"உங்க அப்பாவோட பிரம்பு..."

"பிரம்பா...?"

"ம்... நான் ஹைஸ்கூல்ல படிக்கிறப்ப உங்க அப்பாவோட கைப்பிரம்பு என் முதுகுல எத்தனையோ தடவை விளையாடியிருக்கு. குறிப்பா இந்த ல, ழ, ள உச்சரிப்புக்காகவே நிறைய தரம் அடி வாங்கியிருக்கேன்..."

"ஸாரி...."

"எதுக்கு ஸாரி...?"

"அன்னிக்கு எங்க அப்பா உங்களை அடிச்சதுக்காக..."

"இது நல்லாயிருக்கே... என்னிக்கோ வாங்கின அடிக்காக இன்னிக்கு ஸாரியா...அதுவும் உங்க அப்பாகிட்ட வாங்கின அடிக்காக... என்னோட முதுகு இதை ஒத்துக்காது." மலர் சிரித்து, தலை குனிய – பரணி கேட்டான்.

"இந்த ஹாஸ்பிடல்ல வசதிக் குறைவு ஏதாவது இருந்தா என்கிட்ட சொல்லலாம்... டாக்டர்கிட்டே சொல்லி ஏற்பாடு பண்றேன்."

"ஐயோ அதெல்லாம் வேண்டாம் சார்.... ஸார்... இப்ப நீங்க பண்ணிக் கொடுத்திருக்கிறதே அதிகம்..."

"உங்களுக்கு எந்த நேரத்துல என்ன உதவி தேவைப்பட்டாலும் சரி. எனக்கு நீங்க போன் பண்ணலாம். போன் நம்பர் இருக்கா?"

"இருக்கு ஸார்..."

"அப்ப சரி.... நான் வர்றேன்..." பரணி மலரிடம் தலையசைப்பால் விடைபெற்றுக் கொண்டு – ஹாஸ்பிட்டல் வராந்தாவில் நடந்து – போர்டிகோவில் நின்றிருந்த காருக்கு வந்தான்.

ட்ரைவிங் சீட்டுக்கு உடம்பைக் கொடுத்து - இடது கையால் இன்ஜினை உசுப்பிய போது –

'என்ன இது...?'

யோசிப்பதற்குள்-

மூக்குத்துவாரங்களில் ஒருவித வெப்பம் பரவியது. ஏதோ வழிவது போன்ற உணர்ச்சியில் நாசியருகே இடது கையின் ஆட்காட்டி விரலைக் கொண்டு போய் தொட்டான்.

எதுவோ கையில் ஒட்டிக் கொள்ள – பார்த்தான்.

ரத்தம்.

8

பங்களா வாசலில் பெரிதாய் மாக்கோலம் போட்டு – அதன் நடுவே சாணிப்பிள்ளையார் வைக்கும் முயற்சியில் தீவிரமாயிருந்த பாகீரதி அந்தக் காலையின் ஆறுமணி வேளையில் ஜாக்கிங் சூட்டில் வந்த டாக்டர் மாசிலாமணியைப் பார்வையில் வாங்கியதும் மலர்ந்தாள். கண்களில் சந்தோஷம்.

"வாங்க... டாக்டர்..."

"ஆனந்ததீர்த்தன்... எந்திரிச்சுட்டாரா...? இல்லை இன்னும் தூங்கிட்டிருக்காரா...?"– மாசிலாமணி கேட்டார்.

"எழுந்திரிச்சுட்டார் டாக்டர்... ஆனா படுக்கையை விட்டு எழுந்திரிக்காமே புரண்டு புரண்டு படுத்துட்டிருக்கார்..."

"அவரை வாக்கிங் கூட்டிட்டுப் போலாம்ன்னுதான்... இன்னிக்கு என் வழக்கமான வாக்கிங் ரூட்டை மாத்திக்கிட்டு வந்தேன்..."

"டாக்டர்... அவர் உடம்புக்கு என்ன வந்தாலும் அதைப்பத்தி அலட்டிக்கவே மாட்டார்... ஆனா இந்தத் தடவை... அவர் இடிஞ்சு போயிட்டார். காரணம் கேட்டா பிஸினஸ்ல லாஸ்ன்னு சொல்றார். பரணிகிட்டே கேட்டா பிசினஸ் ஒழுங்கா போயிட்டிருக்குன்னு சொல்றான்... எனக்கு ஒண்ணுமே புரியலை... பரணி வெளிநாட்டிலிருந்து வந்த சந்தோஷமே எனக்கு இப்ப இல்லாமே போச்சு..." பேசி முடித்த பாகீரதியின் கண்களில் நீர்.

"கவலைப்படாதீங்கம்மா... கொஞ்ச நாள்ல எல்லாம் சரியாயிடும்... ஆனந்ததீர்த்தன் வாக்கிங் போறதையே

விட்டுட்டார்ன்னு நினைக்கிறேன்... அதான் அவரோட உடம்புக்கு ஏதாவது ஒண்ணு வந்துட்டிருக்கு... இனிமே தினசரி நான் காலையில வந்து அவரை வாக்கிங் கூட்டிட்டுப் போறேன்... நீங்க கோலத்தைக் கவனிங்க... நான் உள்ளே போய் அவரைக் கவனிக்கிறேன்..."

சேலைத் தலைப்பால் கண்ணீரை ஒற்றி – தலையசைத்த பாகீரதி மறுபடியும் சாணிப்பிள்ளையாரைப் பிடிக்கும் முயற்சியில் தீவிரமாக – மாசிலாமணி உள்ளே போனார். சோஃபாக்களைத் தூசி தட்டிக் கொண்டிருந்த – வேலைக்காரப் பெண், ஒதுங்கி நிற்க - ஹாலையொட்டினாற் போல் வலது பக்கம் இருந்த அறைக்குள் நுழைந்ததும் - கட்டிலில் கண் விழித்தபடி தெரிந்த ஆனந்ததீர்த்தன் பார்வைக்குக் கிடைத்தார்.

"குட்மார்னிங்..."

மாசிலாமணியின் குட்மார்னிங்கிற்கு பதில் குட்மார்னிங் சொல்லாமல், "வாங்க டாக்டர்..." என்றார் ஆனந்ததீர்த்தன். வறண்ட குரல். மோவாயில் வெள்ளை ரோமம்.

மாசிலாமணி அவருக்கு முன்பாய் போய் நின்றார்.

"ஆறுமணிக்கு மேல நீங்க கட்டில்ல படுத்திருக்கவே கூடாது. இந்நேரத்துக்கெல்லாம் எந்திரிச்சு வாக்கிங் போயிருக்கணும்..."

"சாரி... டாக்டர்..." பேச வந்தவரைக் கையமர்த்திய மாசிலாமணி குரலை தாழ்த்திக் கொண்டார். "எந்தரிச்சு... வாங்க வாக்கிங் போலாம். பரணியைப் பத்திக் கொஞ்சம் பேச வேண்டியிருக்கு."

"எ... என்ன... பேசணும்...?"

"வாங்க... சொல்றேன்... வீட்டுக்குள்ளே வெச்சு எதையும் பேச வேண்டாம்... உங்க மனைவி கோலத்தை முடிச்சுகிட்டு எந்த நிமிஷமும் உள்ளே வந்துடலாம்..."

ஆனந்ததீர்த்தனின் கண்களில் நீர் கட்டிக்கொண்டு பளபளத்தது. "பரணியைப் பத்திப் புதுசா சொல்றதுக்கு என்ன இருக்கு டாக்டர்?"

"கவலைப்பட்டுகிட்டே இருந்தா பிரச்சனைகளை ஒரு முடிவுக்குக் கொண்டுட்டு வர முடியாது. வெளியே வாங்க...! உங்களுக்கு ஆறுதல் தரக்கூடிய ஒரு செய்தியோடதான் வந்திருக்கேன்..."

"என்ன டாக்டர் அது?"

"ம்... வாங்க... வாக்கிங் போய்க்கிட்டே பேசுவோம்."

ஆனந்ததீர்த்தன் கட்டிலினின்று எழுந்து சால்வையைப் போர்த்திக் கொண்டார். பாகீரதி உள்ளே நுழைந்தாள்.

"ஒரு வாய் காப்பி சாப்டுட்டுப் போலாம் டாக்டர்..."

"வேண்டாம்மா! வெறும் வயிறோட வாக்கிங் போறதுதான் நல்லது."

சூரியனின் ரோஜா நிற மொட்டைத்தலை கிழக்குத் திசையைக் கீறிக் கொண்டு வெளிப்பட்டிருக்க – ஓஸோன் நிரம்பியிருந்த அந்தக் காலை நேரக்காற்றைச் சுவாசித்துக் கொண்டே – ஆனந்ததீர்த்தனும், டாக்டர் மாசிலாமணியும்-சந்தடியற்ற அந்த ரோட்டோரத்தில் நடை போட்டுக் கொண்டிருந்தார்கள். முன்னாலும் பின்னாலும் சில தொப்பைகள் கேன்வாஸ் ஷூக்களோடு நடைபோட்டன.

"டாக்டர்..." ஆனந்ததீர்த்தன் கூப்பிட்டார்.

"ம்..."

"பரணியைப் பத்தி ஏதோ ஆறுதலான விஷயம் இருக்குன்னு சொன்னீங்க...?"

"அதுக்கு முந்தி உங்ககிட்ட இன்னொரு விஷயத்தைச் சொல்லணும்..."

"என்ன?"

"பரணிக்கு நேத்து மூக்குல இருந்து கொஞ்ச ரத்தம் வெளிப்பட்டிருக்கு. உடனே வந்து என்னைப் பார்த்தார்..."

“என்ன டாக்டர் சொல்றீங்க...?” ஒரு வினாடி நின்று அதிர்ச்சியுடன் கேட்டவர், தொடர்ந்தார். “பரணி தன்னோட உடல்நிலையைப் பத்தி ஏதாவது சந்தேகமா கேட்டானா...?”

“சந்தேகம் வராம இருக்குமா? எதனால ரத்தம் வருதுன்னு கேட்டார். மூக்குல இருக்கிற சவ்வு படலம் உலர்ந்து போயிட்டா, உடல் உஷ்ணத்தினால ரத்தம் வெளியே வர்றது உண்டுன்னு... ஒரு சாதாரண பதிலைச் சொல்லி வெச்சேன்.”

“உங்க பதில்ல பரணிக்கு நம்பிக்கை வந்ததா?”

“நம்பிட்டார்.”

“ரத்தம் வந்ததுக்கு - உண்மையான காரணம் என்ன டாக்டர்?”

“மெடுல்லா பகுதியில உற்பத்தி ஆயிருக்கிற கட்டி அந்த குழாய்களைக் க்ரஷ் பண்றதுனால ஏற்படற ரத்தக் கசிவு, மூக்குல வெளிப்பட்டிருக்கு. கட்டி பெரிசாக பெரிசாக இந்த ரத்தக் கசிவு அதிகமா இருக்கும். இதை அவாய்ட் பண்ண முடியாது.”

“டாக்டர்...! நாங்க யார்க்கும் எந்தக் கெடுதலும் பண்ணுனதில்லை. அந்த சௌடேஸ்வரி அம்மனுக்கு ஒவ்வொரு அமாவாசையன்னிக்கும் குடம் குடமாய் பாலை கொட்டி அபிஷேகம் பண்ணியிருக்கோம். தங்கக்கவசம் போட்டிருக்கோம். வருஷத்துக்கொரு தடவை வசதியில்லாத ஏழைப் பொண்ணுக்கு கல்யாணத்தையும் பண்ணி வைக்கிறோம். அந்தப் புண்ணியத்துல ஒரு பங்கு கூடவா என் மகனோட உயிரைக் காப்பாத்தாது?”

“டோண்ட் பி எமோஷனல் ஆனந்ததீர்த்தன்! யார்க்கும் எந்த நேரத்திலும் எதுவும் நடக்கலாம்... பரணிக்கு இப்படிப்பட்ட ஒரு நிலைமை வந்திருக்கக் கூடாதுதான், வந்துருச்சு. அதை இப்ப நாம ஃபேஸ் பண்ணித்தான் ஆகணும்! தைரியமா இருக்க வேண்டிய நேரம் இது.”

“ஏதோ... ஆறுதல் செய்தின்னு சொன்னீங்களே... டாக்டர்?”

"சொல்றேன்...! டெல்லியிலிருந்து டாக்டர் சித்திக் நாளைக்கு மெட்ராஸ் வர்றார். டெல்லியில அவர் புகழ் பெற்ற நியூரோ சர்ஜன். மூளைப்பகுதியில ஏற்படற ட்யூமர்களைப் பத்தி ஒரு ஆராய்ச்சிக் கட்டுரையை அவர் எழுதியிருக்கார். சில ட்யூமர் பேஷண்ட்களை அவர் குணப்படுத்தியும் இருக்கிறார்..."

ஆனந்ததீர்த்தன் பரபரத்தார். "பரணியையும் அவரால குணப்படுத்திட முடியுமா டாக்டர்...?"

"மொதல்ல அவர் வந்து பரணியைப் பார்க்கணும். பார்த்து, ட்யூமர் க்ரோத் எவ்வளவு பர்சன்டேஜ் இருக்குன்னு டயாக்னைஸ் பண்ணின பின்னாடிதான் அவர் தீர்மானமான முடிவைச் சொல்வார்..."

"டாக்டர்! பணம் எவ்வளவு செலவானாலும் பரவாயில்லை. பரணி குணமாகணும். மத்தவங்க மாதிரி கல்யாணம் பண்ணிகிட்டு அவன் நல்லா வாழணும்...! டாக்டர் சித்திக் என்னிக்கு வர்றார்ன்னு சொன்னீங்க?"

"நாளைக்கு சாயந்தரம் ஆறுமணிக்கெல்லாம் அவர் மெட்ராஸ்ல இருப்பார். ஒரு மெடிக்கல் செமினாரை அட்டெண்ட் பண்ண வர்றவரு அவர் முதல் காரியமா நம்ம பரணியை டயாக்னைஸ் பண்ணிப் பார்க்க ஒத்துக்கிட்டார்."

"பரணியை இதுக்கு எப்படி உட்படுத்தறது...? அவனுக்கு சந்தேகம் வந்துடக் கூடாதே...?"

"வராதபடி பண்ணிக்கலாம். அதுக்குத்தான் 'ஜெனரல் செக்-அப்'ங்கிற போர்வை இருக்கே? டாக்டர் சித்திக் வந்ததும் உங்களுக்கு நான் போன் பண்ணுவேன். உங்க உடம்பை செக்-அப் பண்ணிக்கிறதுக்குன்னு சொல்லி பரணியையும் கூட்டிகிட்டு என்னோட ஹாஸ்பிட்டலுக்கு வந்துருங்க. உங்க செக்-அப் முடிஞ்சதும் பரணியையும் பண்ணிக்கச் சொல்வோம்..."

"டாக்டர்! தனக்கு ட்யூமர் இருக்கிற விஷயம் எந்தக் காரணத்தை முன்னிட்டும் பரணிக்குத் தெரியக் கூடாது.

அப்படி ஒண்ணு இருக்குன்னு அவனுக்குத் தெரியறதுக்கு முன்னாடியே அதை குணப்படுத்திடணும்."

மாசிலாமணி பெருமூச்சு விட்டார். "ஆனந்ததீர்த்தன்! உங்க மனசுல பரணியைப் பத்தின நம்பிக்கையை வளர்த்துக்க வேண்டாம். பரணிக்கு வந்திருக்கிறது ஒரு உயிர்க் கொல்லி நோய். டாக்டர் சித்திக் நமக்குக் கிடைச்சிருக்கிற ஒரு சின்ன நம்பிக்கை. அவ்வளவுதான். அவர் சொல்லப் போற பதில் சாதகமாத்தான் இருக்கும்ன்னு சொல்லிட முடியாது. ஆனா, டாக்டர் சித்திக் என்கூட போன்ல பேசும்போது 'பரணிக்கு கல்யாணம் ஆகியிருச்சா'ன்னு கேட்டார் - நான் இல்லைன்னு சொன்னதும் அவர் ஒரு பாயிண்டைச் சொன்னார்."

"என்ன டாக்டர்...?"

"மூளையில ஏற்படற சிலவகையான ரத்தக் கட்டிகள், ஆண்-பெண் உடலளவில் இணையறப்ப சில ஹார்மோன்ஸ் ரசாயன மாறுதலுக்கு உட்படுமாம், அந்த ரசாயன மாற்றம் இரத்ததோட கலக்கும்போது ட்யூமர்களின் நோய்த்திறன் குறையவும் வாய்ப்பிருப்பதாய் சொன்னார்."

ஆனந்ததீர்த்தன் திகைத்தார்.

"டாக்டர்... நீங்க... சொல்றது...?"

"இது என்னோட கருத்து இல்லை ஆனந்ததீர்த்தன்... டாக்டர் சித்திக் சொன்னது."

"பரணிக்கு கல்யாணமானா இந்த நோயோட தாக்கம் குறையுமா?"

"மே...பிங்கிறது சித்திக்கோட கருத்து. ஆனா இது ஒரு விஷப் பரீட்சை. பரணி பரீட்சையில பாஸ் ஆகாத பட்சத்தில் ஒரு பொண்ணோட வாழ்க்கை நாசமாகக் கூடிய வாய்ப்பு இருக்கு."

டாக்டர் சொல்லச் சொல்ல – நடந்து கொண்டிருந்த ஆனந்ததீர்த்தன் நின்றார்... சட்டென்று.

“டாக்டர்...”

“ம்...”

“பரணிக்கு கல்யாணத்தைப் பண்ணிடலாம்...”

மாசிலாமணி ஒரு பொறுமை புன்னகை பூத்தார்.

“அது அவ்வளவு சுலபமில்லை... ஆனந்ததீர்த்தன்.”

9

ஆனந்ததீர்த்தன் நெற்றி சுருங்க மாசிலாமணியை ஏறிட்டார்.

"ஏன்... டாக்டர்?"

"நான் சொன்னதை நீங்க தப்பா புரிஞ்சுகிட்டீங்க ஆனந்ததீர்த்தன்... பரணிக்கு கல்யாணத்தைப் பண்ணிடலாம். ஆனா... அதுக்குப் பின்னாடி நடக்கப் போற விளைவுகளைப்பத்தி நாம யோசிச்சுப் பார்க்கணும்..."

"பரணிக்கு குணமாகுமா... ஆகாதாங்கற பிரச்னை தானே?"

"அது இல்லை..."

"பின்னே...?"

"ஒரு பொண்ணோட வாழ்க்கையைப் பணயம் வெச்சுத்தான் அந்த விஷப் பரீட்சையை எழுதப்போறோம் இல்லையா?"

"ஆமா..."

"பரணிக்கு... ஒருவேளை... அந்த ட்யூமர் குணமாகாமே.... முடிவு நெருங்கிடுச்சுன்னா... அதுக்கப்புறம் அவளோட வாழ்க்கை...?"

ஆனந்ததீர்த்தன் சின்னதாகத் திகைத்தார். "அ... அது வந்து..."

டாக்டர் தொடர்ந்தார், "பிரச்னை அதோட முடிஞ்சுடாது.... ஆனந்ததீர்த்தன். பொண்ணைப் பெத்தவங்களுக்கு பரணியோட

விவகாரம் தெரிஞ்சுதுன்னா... பிரச்சனைப் பண்ணி உங்களை அவங்க கோர்ட்டுக்கு இழுக்கவும் தயங்க மாட்டாங்க... மகன் செத்துடுவான்னு தெரிஞ்சிருந்தும்... எங்க பொண்ணை அவனுக்குக் கட்டி வெச்சு வாழ்க்கையை நாசமாக்கிட்டதா சொல்லி உங்க மேலே அவங்க கேஸ் போடலாம். கேஸ் விவகாரம் பேப்பர்ல வந்துட்டா... அப்பறம் நீங்க வெளியே தலைகாட்ட முடியாது...”

டாக்டர் சொல்லச் சொல்ல ஆனந்ததீர்த்தனின் முகத்தில் வியர்வை அரும்பியது.

“இந்தக் கோணத்தை நான் யோசிச்சே பார்க்கலை டாக்டர் நீங்க சொல்றது வாஸ்தவம்தான்... பரணிக்கு ஏதாவது ஒண்ணு ஆயிடுச்சுன்னா பொண்ணைப் பெத்தவங்க சும்மா இருக்கமாட்டாங்க. எதனால அப்படி ஆச்சுன்னு கிளறிப் பார்த்து ஏதாவது ஒரு வழியில... உண்மையைக் கண்டுபிடிச்சுடுவாங்க... உண்மை தெரிஞ்சா அவங்களுக்கு ஆத்திரம், கோபம் வரத்தான் செய்யும். போலீஸ் கோர்ட்டுன்னு போகத்தான் செய்வாங்க...”

ஆனந்ததீர்த்தன் சொல்லச் சொல்ல – மாசிலாமணி குறுக்கிட்டு கையைச் சொடுக்கினார்.

“இப்படி பண்ணிட்டா... என்ன?”

“எ... எ... எப்படி...?”

“பரணியைக் கல்யாணம் பண்ணிக்கப் போற பொண்ணுக்கு அப்பா, அம்மா, கூடப் பொறந்தவங்க... இப்படி யாரும் இல்லாதபடி பார்த்துட்டா என்ன...?”

“அனாதைப் பொண்ணா...?”

“சரி... அனாதைப் பொண்ணு வேண்டாம்... அப்பா, அம்மா இருக்கிற மாதிரியே பார்ப்போம்... ஆனா... அது ஏழைக் குடும்பமா இருக்கணும்... பெத்தவங்க வசதி இல்லாதவங்களா இருந்தா... கோர்ட்டு, போலீஸ்ன்னு போக மாட்டாங்க... நம்ம பொண்ணோட தலைவிதி அவ்வளவுதான்னு நினைச்சு...‘கம்’ன்னு இருந்துடுவாங்க...”

"யூ... ஆர் கரெக்ட் டாக்டர்... ஆனா..."

"என்ன ஆனா...?"

"வசதி குறைஞ்ச இடத்துல பொண்ணைப் பார்த்தா பரணியும், என் மனைவியும் சந்தேகப்படுவாங்களே?"

"அவங்களுக்கு சந்தேகம் வராதபடி ஏதாவது ஒரு காரணம் சொல்லி... ஒரு ஏழைப் பொண்ணை செலக்ட் பண்ணணும்."

"என்ன காரணம் சொல்ல முடியும் டாக்டர்...? பரணிக்கு பொண்ணு கொடுக்க... நாலைஞ்சு பெரிய இடத்திலிருந்து தரகர் மூலமா சொல்லி விட்டிருக்காங்க... இந்த நிலைமையில... வசதி இல்லாத வீட்டுக்குப் போய் எப்படிப் பொண்ணு கேட்க முடியும்...? என் ஒய்ஃப் பாகீரதி என்னைக் குதறி எடுத்துடுவா."

"பாகீரதிக்கு இந்த விஷயத்தை தெரியப்படுத்திட்டா என்ன?"

"எந்த விஷயத்தை...?"

"பரணிக்கு மெடுல்லா ட்யூமர் இருக்கிற விஷயத்தை...."

"நோ... டாக்டர்... சொல்ல வேண்டாம். நிச்சயம் அவ தாங்க மாட்டா..."

"என்னிக்காவது ஒருநாள் தெரியத்தானே போகுது...? அதுக்கு இப்பவே விஷயத்தைப் பக்குவமா சொல்லி..."

"வேண்டாம் டாக்டர்... பரணியோட கடைசி நிமிஷம் வரைக்கும் பாகீரதிக்கு இந்த விஷயம் தெரிய வேண்டாம்..."

மாசிலாமணி ஏதோ சொல்வதற்காக வாயைத் திறந்த விநாடி அவருக்குப் பின்பக்கம் அந்தக் குரல் கேட்டது.

"குட்மார்னிங் டாக்டர்."

திரும்பினார்.

மலர் நின்றிருந்தாள். வெளிர் மஞ்சள் நிற டிஷ்யூ சேலையில் பளிச்சென்று இருந்தாள். தோளில் வானிடி பேக்.

"ஓ... மலர் நீயாம்மா...? எங்கே இந்த நேரத்துல... இந்தப் பக்கம்...?"

"நான் வேலை செய்யற கம்பெனி அடுத்த கட்லதான் இருக்கு டாக்டர்..."

"இன்னும் மணி ஏழு கூட ஆகலை... அதுக்குள்ள ஆபீஸா...?"

"ஆபீஸ் எட்டு மணிக்குத்தான் டாக்டர்... ரெண்டு நாள் ஆபீஸுக்கு லீவு போட்டதால டைப் பண்ண வேண்டிய மேட்டர்ஸ் நிறைய சேர்ந்துடுச்சு. அந்த வேலையெல்லாம் முடிக்கத்தான்... இப்ப போயிட்டிருக்கேன்."

"ஹாஸ்பிட்டல்ல... அம்மாவுக்குப் பக்கத்துல இப்ப யார் இருக்காங்க?"

"என்னோட சிஸ்டர்ஸ் இருக்காங்க டாக்டர்...!"

"அப்ப சரி.."

"டாக்டர்..! அம்மாவை எப்ப டிஸ்சார்ஜ் பண்ணி கூட்டிட்டுப் போகலாம்?"

"எப்படியும் நாலைஞ்சு நாள் தங்க வேண்டியிருக்கும்... அம்மாவோட கார்டியோக்ராஃப் அவ்வளவு திருப்திகரமா இல்லை. பார்த்துட்டு போறது நல்லது..."

"சரி டாக்டர்... நீங்க என்னிக்கு சொல்றீங்களோ... அன்னிக்கு அம்மாவை வீட்டுக்குக் கூட்டிட்டுப் போறேன்..." சொன்னவள் கைகுவித்து விடைபெற்று நகர்ந்து போக அவளையே பார்த்துக் கொண்டிருந்த ஆனந்ததீர்த்தன் கேட்டார்.

"டாக்டர்... யார் இந்தப் பொண்ணு...?"

"பேரு... மலர். உங்க சன் பரணிக்கு ஸ்கூல் வாத்தியாரா இருந்த ஒருத்தரோட பொண்ணு... மூணு நாளைக்கு முன்னாடி பரணி என்னோட நர்சிங் ஹோமுக்கு வந்திருந்தப்ப இந்தப் பொண்ணு மலர் தன்னோட அம்மாவுக்கு உடம்பு ரொம்பவும்

முடியலைன்னு அழுதுட்டு ஓடிவந்தா. என்னோட காரும் வெளியே போயிருந்ததாலே பரணியோட கார்லயே அவ வீட்டுக்குப் போய் பேஷண்ட்டைப் பார்த்தேன். பரணிக்கு இந்தக் குடும்பத்து மேல ஒரு அட்டாச்மெண்ட் இருக்கு. தினசரி ஒரு தடவையாவது... ஹாஸ்பிடல் பக்கம் வந்து மலரோட அம்மாவைப் பார்த்துட்டுப் போயிடுவார்... ட்ரீட்மெண்ட்டுக்கு ஆகற செலவு பூராவையும் பரணிதான் ஏத்துகிட்டு இருக்கார்..."

"டாக்டர்... இந்தப் பொண்ணுக்கு அம்மா... அப்பா...?"

"அம்மா மட்டும்தான் இருக்காங்க... மூணு சிஸ்டர்ஸ்... மலர்தான் வீட்டுக்கு மூத்த பொண்ணு... காஸ்மெடிக்ஸ் கம்பெனியில டைப்பிஸ்டா வொர்க் பண்றா. குடும்பம் மூணு வேளை சாப்பிடறதே அவளாலதான்..."

"டா... டாக்டர்..."

"சொல்லுங்க..."

"பொண்ணு... லட்சணமாயிருக்கா... வசதியில்லாத குடும்பம் வேற...! பரணிக்கு இந்தப் பொண்ணையே பார்த்தா என்ன...?"

"மலரைப் பார்த்ததுமே என் மனசுக்குள்ளேயும் அந்த எண்ணம் வந்தது. ஆனா இது பரணியோட வாழ்க்கைப் பிரச்சனை மட்டும் இல்லை அந்தப் பொண்ணோட வாழ்க்கையும் அடங்கியிருக்கு. டாக்டர் சித்திக் நாளைக்கு மெட்ராஸ் வரட்டும்.... பரணியை அவர் டயாக்னைஸ் பண்ணிப் பார்க்கட்டும். பரணிக்குக் கல்யாணம் பண்றதன் மூலமா குணம் ஆகற வாய்ப்பு நிச்சயம்னு தெரிஞ்சா மறுபடியும் இந்தக் கல்யாண விஷயத்துக்கு வரலாம்."

"டாக்டர் சித்திக் நாளைக்கு எத்தனை மணிக்கு மெட்ராஸ் வர்றார்?"

"ஆறு மணிக்கு..."

"உடனே அவரைப் பார்த்துடலாமா?"

“அதுக்கு நான் ஏற்பாடு பண்றேன். பரணி... விஷயத்துல அவருக்கும் நிறைய ஆர்வம் இருக்கும்...”

ரதி காஸ்மெடிக்ஸ்.

காலை பதினோரு மணி. டைப் அடித்த இன்வாய்ஸ் கார்பன் காப்பிகளை ஃபைலில் கோர்த்துக் கொண்டிருந்த மலர், ப்யூன் வந்து எதிரில் நின்றதும் நிமிர்ந்தாள்.

“என்ன... பொன்னுசாமி...?”

“உங்களுக்கு போன் வந்திருக்கும்மா?”

“போன்ல யாரு...?”

“தெரியல்லேம்மா... உங்க பேரைச் சொல்லி கூப்பிடச் சொன்னாங்க.”

மலர் ஃபைலை மேஜையின் ஓரத்துக்குத் தள்ளி விட்டு எழுந்துபோய் - அலுவலகத்துக்குச் சொந்தமான அந்த டெலிபோனை நெருங்கி – ஒருக்களித்து விழுந்து கிடந்த ரிஸீவரை எடுத்து காதுக்குக் கொடுத்தாள்.

“ஹலோ...”

“மலர்...!”– மறுமுனையில் அவளுக்கு வெகு பழக்கமான குழைவான குரலைக் கேட்டதும் மலரின் முகம் ஒரு சந்தோஷமான ரசாயன மாறுதலுக்கு உட்பட்டது.

“வெங்கடேஷ்... நீங்களா...?”

“நானே... நானே...”

“டெல்லியிலிருந்து ஃபேக்டரி ட்ரெய்னிங் முடிஞ்சு எப்ப வந்தீங்க...?”

“அஞ்சு நிமிஷமாச்சு. ஏர்போர்ட்டிலிருந்துதான் உனக்கு போன் பண்ணிட்டிருக்கேன்...”

10

மலர், டெலிபோனின் மறுமுனையில் இருந்த வெங்கடேஷிடம் ஆர்வமான குரலில் கேட்டாள்.

"டெல்லி ட்ரெய்னிங் எப்படியிருந்தது...?"

"ஒரே அவஸ்தை."

"அவஸ்தையா?"

"ம்... மனசுக்குள்ள நீ 'திம்'ன்னு உட்கார்ந்திட்டிருக்கும் போது... என்னால எந்தக் காரியத்தை ஒழுங்கா பண்ண முடியும்...? அதுவும் ராத்திரியானா... நான் படற அவஸ்தை இருக்கே."

"கட்... கட்..."

"மலர்..."

"ம்..."

"ட்ரெய்னிங் முடிஞ்சாச்சு... அடுத்த ரெண்டு மாசத்துக்குள்ளே எனக்குப் ப்ரமோஷனும் வந்துடும்..."

"சரி..."

"இனிமேலும் நம்ம கல்யாணத்தைத் தள்ளிப் போட முடியாது... உங்கம்மாகிட்ட விஷயத்தைச் சொல்லி... முகூர்த்தத்துக்கான தேதியைப் பார்க்க வேண்டியதுதான்..."

"வெங்கடேஷ்...! அம்மா இப்போ இருக்கிற நிலைமையில நம்ம கல்யாணத்தைப்பத்தி பேச முடியாது..."

"ஏன்... அம்மாவுக்கு என்ன?"

“அம்மா உடம்புக்கு ரொம்பவும் முடியாமே ஹாஸ்பிட்டல்ல... இருக்காங்க...”

“அடடே...! எந்த ஹாஸ்பிடல்ல?”

“அம்மாவோட உடம்புக்கு என்ன?”

“அதே மூச்சிரைப்புதான்... இந்த மழைக் காலத்துல கொஞ்சம் அதிகமாயிடுச்சு... போதாக் குறைக்கு இப்போ ஃபிட்ஸ் வேற... வலிப்பு வரும்போது அம்மாவைக் கண் கொண்டு பார்க்க முடியறதில்லை.”

“ஸாரி... மலர்... உன்னோட மனநிலையைப் புரிஞ்சுக்காமே நம்ம கல்யாணத்தைப்பத்திப் பேசிட்டேன்...”

“பரவாயில்லை...”

“அம்மா... எந்த ஹாஸ்பிட்டல்ல அட்மிட் ஆகியிருக்கிறதாச் சொன்னே?”

“டாக்டர் மாசிலாமணியோட நர்ஸிங் ஹோம்...”

“ரொம்பவும் காஸ்ட்லி நர்ஸிங் ஹோமாச்சே...!”

“அப்பாவோட பழைய ஸ்டூடண்ட் ஒருத்தர்... பேர் பரணி. அவர்தான்... அம்மாவை ஹாஸ்பிடலைஸ் பண்ணி – நான் எவ்வளவு சொல்லியும் வைத்தியச் செலவுகளையெல்லாம் அவர்தான் பார்த்துக்கிறார்...”

“பேர் என்ன... பரணியா?”

“ஆமா... அவரை... உங்களுக்குத் தெரியுமா?”

“அவர் எப்படியிருப்பார்ன்னு அடையாளம் சொல்லு பார்க்கலாம்...”

“உயரமா... சிவப்பா... சதை போடாமே, ஸ்லிம்மா இருப்பார். அடர்த்தியா மீசை, தேன் கலர்ல கூலிங் கிளாஸ்.”

“சிவப்புக் கலர் மாருதி கார்ல வருவாரா?”

“ஆமா...”

“சந்தேகமில்லை...”

“உங்களுக்கு அவரைத் தெரியுமா வெங்கடேஷ்?”

“தெரியுமாவது... அவர்தானே எனக்குப் படியளக்கற முதலாளி.”

“வெங்கடேஷ்! நீங்க என்ன சொல்றீங்க?”

“நான் வேலை பார்க்கற கம்பெனியோட மானேஜிங் டைரக்டரான ஆனந்ததீர்த்தனோட மகன்தான் அந்த பரணி...”

மறுநாள் மாலை ஆறு மணி.

நர்ஸிங் ஹோமின் போர்டிகோவில் சத்தம் இல்லாமல் வந்து நின்ற காண்டஸாவிலிருந்து வெளிப்பட்ட ஆனந்ததீர்த்தனையும், பரணியையும் எதிர்கொண்டார் டாக்டர் மாசிலாமணி.

பரணி கேட்டான்.

“டாக்டர் சித்திக் வந்துட்டாரா...?”

“அவர் வந்து பத்து நிமிஷமாச்சு...”

“டாக்டர்...! அப்பாவைத் தரோவா ஃபுல் செக்-அப் பண்ணி அவரோட உடம்பை பழைய ஆரோக்கியத்துக்கு கொண்டு வரணும்.”

“கொண்டு வந்துடலாம்... ஆனா... செக்-அப் அப்பாவுக்கு மட்டும் இல்லை... உங்களுக்கும்தான்...”

“எனக்கெதுக்கு டாக்டர்...?”

“உங்க ஹெல்த்தும் சரியில்லை பரணி. சிகாகோவில் நீங்க இருந்தப்ப... விஷக்காய்ச்சலுக்கு ஆளாகியிருக்கு உங்க உடம்பு. அதுதவிர ரெண்டு நாளைக்கு முன்னாடி உங்க மூக்கிலிருந்து ரத்தமும் கொட்டியிருக்கு... ஸோ... உங்களுக்கும் இது அவசியம்...”

“டாக்டர் என்னோட ஹெல்த் நல்லாயிருக்குன்னு ரெண்டு நாளைக்கு முன்னாடி என்னைச் செக்-அப் பண்ணி பார்த்துச் சொல்லிட்டீங்களே?”

“இருக்கட்டும்... டாக்டர் சித்திக்கிட்ட நீங்களும், உங்க அப்பாவும் இன்னொருதடவை செக்-அப் பண்ணிக்கறதுல எந்த தப்பும் இல்லை. நீங்க அந்த ரூம்ல இருங்க... அப்பாவை அவர் மொதல்ல பார்க்கட்டும்...”

தலையசைத்த, பரணி பக்கத்து அறைக்குள் நுழைய, டாக்டர் மாசிலாமணி ஆனந்ததீர்த்தனை, உள்ளே இருந்த பிரத்யேக அறைக்குக் கூட்டிக் கொண்டு போனார்.

பரணியின் ஸ்கேன் ரிப்போர்ட்டை உன்னிப்பாய்ப் படித்துப் பார்த்துக் கொண்டிருந்த டாக்டர் சித்திக், ஆனந்ததீர்த்தனை, பார்வையில் வாங்கியதும் - கண்ணாடியைக் கழற்றி ஒரு சின்னப் புன்னகையை உதட்டில் நிறுத்தினார்.

மாசிலாமணி அறிமுகப்படுத்தினார். “ஹி ஈஸ் மிஸ்டர் ஆனந்ததீர்த்தன். ஃபாதர் ஆஃப் பரணி...”

“நமஸ்தே...” சொல்லிக் கையைக் குவித்த டாக்டர் சித்திக் ஐம்பதுக்கும் அறுபதுக்கும் இடைப்பட்ட ஒருவயதில் இருந்தார். வடநாட்டு சிவப்பு, மெலிதான நரை, கிராப்பை கவனமாய் தூக்கிச் சீவியிருந்தார். பிஸ்கெட் நிற சஃபாரிக்குப் பொருந்தியிருந்தார்.

ஆனந்ததீர்த்தன் கண்களில் நீர் கட்டிக்கொள்ள – டாக்டர் சித்திக்கை நெருங்கி – அவருடைய கைகளை நடுக்கமாய் பற்றிக் கொண்டு குரல் தழுதழுத்தார்.

“டாக்டர்... எனக்கு இருக்கிற சந்தோஷமெல்லாம் என் மகன்தான். அவனை நீங்கள் காப்பாற்றிக் கொடுத்துவிட்டால் நிஜமாகவே உங்களுக்கு ஒருகோயில் கட்டுவேன்...”

டாக்டர் சித்திக் அவருடைய தோளைத் தட்டிக் கொடுத்தார். “மிஸ்டர் ஆனந்ததீர்த்தன்! உங்கள் உணர்ச்சிகளை என்னால் புரிந்து கொள்ள முடிகிறது. ஏனோ தெரியவில்லை, கடவுள் சிலருடைய விஷயங்களில் இதயமற்றவனாகவே நடந்து கொள்கிறான். கோடிக்

கணக்கான சொத்துக்கு ஒரே வாரிசாக இருக்கிற உங்கள் மகனுக்கு இந்த மெடுல்லா ட்யூமர் வந்திருக்கக் கூடாது... ஆனால் வந்து விட்டது. மூளைப் பகுதியில் ட்யூமர்கள் வருவது வெகு அபூர்வம். பொதுவாக மூளைக்கு அடியில் அமைந்துள்ள பிட்யூட்ரி என்னும் சுரப்பியில் ட்யூமர் என்கிற ரத்தக் கட்டிகள் உண்டாவது உண்டு. அந்தக் கட்டிகளை அகற்றுவதில் உயிருக்கு எவ்வித பாதிப்பும் ஏற்படாது. ஆனால் பரணிக்கு உண்டாகியிருப்பது, மெடுல்லாவில் ட்யூமர். மெடுல்லா மூளைப் பகுதியையும் தண்டுவடத்தையும் இணைக்கிற ஒரு முக்கியமான பகுதி. இந்தப் பகுதியில் ஆப்ரேஷனை மேற்கொள்வது அவ்வளவு சுலபமில்லை. மூளையின் வேறு எந்தப் பகுதியில் அந்த ட்யூமர் வந்திருந்தாலும், மூக்கின் உட்பகுதியில் ஒரு சிறிய துவாரம் போட்டு அதற்குள் எண்டோஸ்கோப்பிக் மற்றும் ஆப்ரேடீவ் மைக்ராஸ்கோப்பிக் கருவிகளைச் செலுத்தி ட்யூமர்களை அகற்றிவிடலாம்... ஆனால் மெடுல்லா ட்யூமரை அப்படி அகற்ற முடியாது... எதற்கும் உங்கள் மகன் பரணியை ஒரு முழுச் சோதனைக்கு உட்படுத்திப் பார்த்துவிட்டு – என்னால் முடிந்ததைச் செய்ய முயற்சிக்கிறேன்."

"டா... டாக்டர்..." இடதுகை விரல்களால் – நெற்றியைப் பிடித்துக் கொண்ட ஆனந்ததீர்த்தன் அங்கிருந்த பாலிவினைல் நாற்காலியில் தளர்ந்து போய் உட்கார்ந்தார்.

டாக்டர் சித்திக் தொடர்ந்தார்.

"இப்படி உடைந்து போவதில் எந்த பிரயோஜனமும் இல்லை மிஸ்டர் ஆனந்ததீர்த்தன். சிகாகோ டாக்டர் ஹாரீஸ், பரணி சம்மந்தப்பட்ட ஸ்கேன் ரிப்போர்ட்களை மிகத் துல்லியமாகக் கொடுத்து இருக்கிறார். மெடிக்கலி எந்த ரெமெடியும் இல்லை என்பது டாக்டர் ஹாரீஸின் முடிவான கருத்து. அவருடைய கருத்து எந்த டாக்டரும் ஒப்புக் கொள்ள வேண்டிய ஒன்றுதான்... இருந்தாலும் பரணியைக் காப்பாற்ற

முடியுமா... என்கிற கேள்விக்கான சாத்தியங்களை நான் அலசிப் பார்க்க எண்ணியுள்ளேன்...”

“டாக்டர்! எவ்வளவு பணம் செலவானாலும் பரவாயில்லை. என் மகனை அந்த நோயின் பிடியிலிருந்து மீட்டுக் கொடுங்கள்...”

“ஸாரி... உங்கள் மகன் குணமாக இப்போது பணம் அவசியம் இல்லை. அதற்கு இறைவன்தான் மனம் வைக்க வேண்டும்.”

மாசிலாமணி சித்திக்கை ஏறிட்டார். “நாங்கள் போய் பரணியை அனுப்பட்டுமா டாக்டர்...?”

“ப்ளீஸ்...”

“அந்த ஸ்கேன் ரிப்போர்ட்களை எடுத்து உள்ளே வைத்து விடுங்கள். பரணியின் கண்களில் பட்டுவிட்டால் ஆபத்து...”

சித்திக் ஸ்கேன் ரிப்போர்ட்களை அள்ளி மேஜையின் இழுப்பறைக்குக் கொடுக்க – மாசிலாமணியும், ஆனந்ததீர்த்தனும் அறையினின்றும் வெளிப்பட்டார்கள்.

“டாக்டர்...”

“ம்...”

“எனக்கென்னமோ இந்த டாக்டர்கிட்டே ஒரு நம்பிக்கை ஏற்பட்டிருக்கு. ஏதாவது செஞ்சு பரணியைக் காப்பாத்திடுவார்ன்னு நினைக்கிறேன்.”

“உங்க நினைப்பு நிஜமாகட்டும் ஆனந்ததீர்த்தன். சித்திக் அனுபவம் வாய்ந்த ஒரு டாக்டர்... ஹி கேன் டு வொண்டர்ஸ்...”

வராந்தாவில் நடைபோட்டு – பரணி இருந்த அந்த அறைக்குள் நுழைந்தவர்கள், திகைத்தார்கள்.

பரணி அறையில் இல்லை.

11

‘பரணி எங்கே...?’

ஆனந்ததீர்த்தனும், மாசிலாமணியும் சுற்றும் முற்றும் பார்க்க – அந்த நர்ஸ் எதிர்ப்பட்டாள்.

“மிஸ்டர் பரணியைத் தேடறீங்களா டாக்டர்...?”

“ஆமா...! எங்கே அவர்...?”

“பக்கத்து வார்ட்ல அட்மிட்டாகியிருக்கிற மலரோட அம்மாவைப் பார்க்கப் போயிருக்கார்.” நர்ஸ் சொல்லிக் கொண்டிருக்கும்போதே – அந்த நீள வராந்தாவின் கோடியில் பரணி வருவது தெரிந்தது.

“அதோ அவரே வர்றார்...டாக்டர்!”

பரணி பக்கத்தில் வரும்வரை மௌனம் காத்த டாக்டர் அவன் வந்ததும் கேட்டார்.

“எங்கே போயிருந்தீங்க பரணி...? மலரோட அம்மாவைப் பார்க்கவா...?”

“ஆமா டாக்டர்...”

“நவ் ஷீ ஈஸ் ஓகே... அடுத்த வாரத்துல ஒருநாள் டிஸ்சார்ஜ் பண்ணிடலாம்... மருந்துகளை ஆறு மாசம் வரைக்கும் தொடர்ந்து கண்டினியூ பண்ணினா... ...ஷீ... வில்... பி... ஆல்ரைட்...”

“நீங்க தொட்ட எல்லா கேஸுமே ஆல்ரைட்தான். இதுவரைக்கும் எது ஃபெயிலியராகியிருக்கு...?”

மாசிலாமணி புன்னகைத்தார். "டாக்டர் சித்திக் உங்களுக்காகக் காத்திட்டிருக்கார்."

"அவர்... அப்பாவோட உடம்பைப் பத்தி என்ன சொன்னார்?"

"பி.பி. கொஞ்சம் அதிகம்... அவ்வளவுதான்... பயப்பட எதுவும் இல்லைன்னு சொன்னார். என்னோட ப்ரிஸ்க்ரிப்ஷனை மாத்தியிருக்கார்..."

"டாக்டர்..."

"ம்..."

"அப்பாவோட முகத்தைப் பார்த்தீங்களா...? அது அவர் முகம் மாதிரியே எனக்குத் தெரியலை... அப்பாவோட முகத்துல அந்தப் பழைய சந்தோஷம் வரணும்ங்கிறதுதான் என்னோட ஆசை..."

"வெல்... பரணி! நீங்க போய் டாக்டர் சித்திக்கைப் பார்த்துட்டு வாங்க... நாங்க இந்த ரூம்லேயே வெயிட் பண்றோம்..."

பரணி, டாக்டர் சித்திக் இருந்த அறையை நோக்கிப் போக, அவன் முதுகையே நீர் நிறைந்த கண்களோடு வெறிக்கப் பார்த்தார் ஆனந்ததீர்த்தன்.

போர்ட்டிகோவில் எழுந்த கார் ஹார்ன் சத்தம் கேட்டு – சோஃபாவில் உட்கார்ந்து ஸ்ரீ அரவிந்த அன்னை புத்தகம் படித்துக் கொண்டிருந்த பாகீரதி எழுந்து வெளியே வந்தாள். காரிலிருந்து இறங்கிய ராமஜெயத்தையும், மங்களத்தையும் பார்வையில் வாங்கியதும், சின்னதாய் ஒரு மலர்ச்சிக்குப் போனாள்.

"வாங்க... வாங்க...!!"

ராமஜெயம் படிகள் ஏறிக் கொண்டே கேட்டார். "இப்போ உங்க கணவருக்கு உடம்பு எப்படியிருக்கு...?"

"இப்ப பரவாயில்லை... ஆனாலும் ரொம்பவும் அப்செட்டான மாதிரி இருக்கார்..."

“வயசான காலத்தில் உடம்புக்கு ஏதாவது வந்தாலே பயம்தான்... இங்கே ஷாப்பிங் காம்ப்ளக்ஸ் வரைக்கும் வந்தோம்... அப்படியே உங்களையும் பார்த்துட்டுப் போகலாம்ன்னு வந்தோம்...”

ஹாலுக்குள் நுழைந்தார்கள். பாகீரதி இருவருக்கும் சோஃபாவைக் காட்டிவிட்டுத் தானும் உட்கார்ந்தாள்.

“அவரும், பரணியும் டெல்லியிருந்து வந்திருக்கிற டாக்டர் சித்திக்கைப் பார்க்கிறதுக்காக மாசிலாமணி நர்ஸிங் ஹோமுக்குப் போயிருக்காங்க... இப்போ வர்ற நேரம்தான்... கடந்த நாலஞ்சு நாளாவே மருந்து, மாத்திரை, இன்ஜெக்ஷன்... டாக்டர் வர்றதும் போறதுமா... இந்த வீடே ஒரு ஆஸ்பத்திரி மாதிரி ஆயிடுச்சு... பரணி வெளிநாட்டிலிருந்து வந்த சந்தோஷமே இப்போ காணாமே போயிடுச்சு...”

பாகீரதி லேசாய்க் கண் கலங்க – மங்களம் குறுக்கிட்டாள்.

“கவலைப்படாதீங்கம்மா... உடம்புன்னு இருந்தா ஏதாவது வரத்தான் செய்யும்... ஒரு வாரம் பத்து நாள்ல எல்லாமே சரியாப் போயிடும்...”

“அப்படி நினைச்சுத்தான் நானும் மனசைத் தேத்திக்கிட்டு இருக்கேன்... பரணிக்கு சீக்கிரமாவே ஒரு கல்யாணத்தைப் பண்ணி வைக்கிற முயற்சியிலும் இறங்கிட்டேன்...”

“ப... பரணிக்கு க... கல்யாணமா?” ராமஜெயமும், மங்களமும் ஒருத்தரையொருத்தர் பார்த்துக் கொண்டார்கள். அவர்களுடைய ஆச்சர்யத்தைப் புரிந்து கொள்ளாத பாகீரதி சொல்லிக் கொண்டு போனாள். “வர்ற ஆவணிக்குள்ளே பரணிக்கு ஒரு கல்யாணத்தைப் பண்ணியாகணும்... மொதல்ல பரணியோட கல்யாணத்தைச் சீக்கிரமா பண்ணிடணும்ன்னு சொல்லிட்டிருந்தவர் இப்போ அதுல ஆர்வம் காட்டாமே இருக்கார்...”

“பரணிக்குப் பொண்ணு பார்க்க ஆரம்பிச்சுட்டீங்களா?”

“நாலைஞ்சு இடத்துல இருந்து சம்பந்தம் வந்தது... எதையாவது பேசி முடிக்கிறதுக்குள்ளே... அவர் வேண்டாம்ன்னுட்டார்...”

“ஏன்?” ராமஜெயம் ஒன்றும் தெரியாதவர் போல் கேட்டார்.

“காரணம் தெரியலை...”

“அவரோட உடம்புக்கு முடியாமே இருக்கிற இந்த நேரத்துல கல்யாணப் பேச்சை எடுக்க வேண்டாம்ன்னு நினைச்சிருப்பார். பரணியோட ஜாதகத்தில் ஏதாவது தோஷம் இருக்கா...?”

“பரணியோட ஜாதகம் சுத்த ஜாதகம். எந்த தோஷமும் கிடையாது... இது அவருக்கே தெரியும்... இனி அவர் என்ன சொன்னாலும் சரி... நானும் கேட்கப் போறதில்லை... அடுத்த ரெண்டு மாசத்துக்குள்ளே பரணிக்கு ஒரு நல்ல பொண்ணாப் பார்த்து முடிக்கத்தான் போறேன்... உங்களுக்குத் தெரிஞ்ச, பழக்கமான இடத்துல... நல்ல பொண்ணுங்க இருந்தாலும் சொல்லுங்க... பார்த்துடலாம்...”

“சொ... சொல்றோம்...”

“பொண்ணு பெரிய இடமாய் இருக்கணும்ங்கிற அவசியம் இல்லை... கொஞ்சம் வசதி குறைஞ்ச இடமாயிருந்தாலும் பரவாயில்லை... பொண்ணு ‘பளிச்’ன்னு லட்சணமா இருக்கணும்...”

பாகீரதி சொல்லிக் கொண்டிருக்கும் போதே – போர்டிகோவில் காண்டஸா வந்து நிற்க – ஆனந்ததீர்த்தன் ட்ரைவிங் சீட்டிலிருந்து இறங்கினார்.

பாகீரதி எழுந்தாள்.

“வந்துட்டார்...”

வேக வேகமாய்ப் போய் எதிர்கொண்டவள் - பரணி காரிலிருந்து இறங்காததைக் கண்டு – நெற்றியில் முடிச்சிட்டுக் கொண்ட குழப்பத்தோடு கேட்டாள்-

“பரணி... எங்கேங்க...?”

“அவன் அப்படியே கம்பெனிக்குப் போயிட்டான்... ஒரு முக்கியமான வேலை அதான்..... ...”

“என்னதான் இருக்கட்டுமே...? உடம்பு சரியில்லாத நீங்க காரை ட்ரைவ் பண்ணிட்டு வரலாமா...”

“என் உடம்புக்கு ஒண்ணும் இல்லை...” சொல்லிக் கொண்டே ஹாலுக்குள் வந்தவர் - சோஃபாவில் உட்கார்ந்திருந்த ராமஜெயத்தையும், மங்களத்தையும் பார்த்ததும் தளர்வாய்க் கைகளைக் கூப்பினார்.

“வாங்க... வந்து நேரமாச்சா...?”

“இப்பத்தான் வந்தோம்... டாக்டர்கிட்டே போயிருந்தீங்க போலிருக்கு...”

“ஆமா... டாக்டர் சித்திக்ன்னு ஒருத்தர்... டெல்லியிலிருந்து வந்திருக்கார்.... செக்கப்புக்காகப் போயிட்டு வந்தேன்...” ஆனந்ததீர்த்தன் சொல்லிக்கொண்டே சோஃபாவில் சாய்ந்தார்.

“இப்ப உங்களுக்கு உடம்பு பரவாயில்லையா...?”

“எனக்கு எதுவும் இல்லை... ஐயாம் ஆல்ரைட்...” சொன்ன ஆனந்ததீர்த்தன் பாகீரதியை ஏறிட்டார்.

“பாகீ...! எனக்கும், அவங்களுக்கும் ஏதாவது குடிக்கக் கொண்டு வாயேன்.”

“இதோ...” பாகீரதி அந்தப் பெரிய ஹாலைக் கடந்து சமையலறை நோக்கிப் போக – ஆனந்ததீர்த்தன் குரலைத் தாழ்த்திக் கொண்டு – ராமஜெயத்திடம் திரும்பினார்.

“டாக்டர் சித்திக்கை பார்க்கப் போனது எனக்காக இல்லை... பரணிக்காக! டெல்லியில பெரிய நியூரோ சர்ஜன். டாக்டர் மாசிலாமணியோட நண்பர், இங்கே நடக்கப்போற ஒரு செமினாருக்காக வந்தவரு அப்படியே பரணியை டயாக்னைஸ் பண்ண ஹாஸ்பிடல் வந்துட்டாரு.”

"என்ன சொன்னார்...?"

"பரணியோட குணப்படுத்த மெடிக்கலி எந்த பாஸிபிலிடியும் இல்லை... ஆனா... ஒரு கல்யாணம் பண்ணிக்கிட்டு தாம்பத்ய வாழ்க்கையை நடத்தினா... உடம்பில் ஏற்படற ரசாயன மாற்றங்கள் ட்யூமரோட வளர்ச்சியைக் கட்டுப்படுத்தி – அதைக் குணமாக்கவும் செய்யும்னு சொல்றாரு..."

"நம்பறதுக்குக் கஷ்டமாயிருக்கே..."

"டாக்டர் சித்திக்கும் இதையேதான் சொன்னார். மத்த டாக்டர்ல யாருமே என்னோட இந்தக் கருத்தை ஒத்துக்க மாட்டாங்க... கேலி பேசவும் செய்யலாம்... பட் பரணிக்கு ட்யூமர் குணமாக ஒரு வாய்ப்பு இருக்குன்னா அது இதுதான்..."

"சக்சஸ் ரேட் எவ்வளவு...?"

"பத்து சதவீதம்..."

"இந்த பத்து சதவீதத்தை நம்பி ஒரு பொண்ணோட வாழ்க்கையை நாசப்படுத்தறது சரியில்லை..."

"ஒருவேளை பரணிக்கு குணமாயிட்டா..."

"அதைவிட வேற சந்தோஷம் எதுவும் இல்லை... ஆனா இந்த விஷப் பரீட்சைக்கு எந்தப் பொண்ணுதான் ஒத்துக்குவா...?"

"பரணிக்கு ட்யூமர் இருக்கிற விஷயத்தை மறைச்சுதான் கல்யாணத்தைப் பண்ணணும்..."

"இது பாவமில்லையா...?"

"வேற வழி... பரணி உயிர் பிழைக்க ரிஸ்க் எடுத்துத்தான் ஆகணும்... இதுல இன்னொரு விஷயமும் இருக்கு... மிஸ்டர் ராமஜெயம்..."

"என்ன...?"

"ஏதோ ஒரு பொண்ணை பரணிக்குக் கல்யாணம் பண்ணிட முடியாது..."

“பின்னே...?”

“பரணியைக் கல்யாணம் பண்ணிக்கப் போற அந்த பொண்ணு ஒரு முக்கியமான ரத்தப் பரிசோதனைக்கு உட்படணும்... அவளோட ரத்தத்துல இருக்கிற ஆர். ஹெச். ஃபேக்டர்ஸ் பரணியோட ரத்தவகைக்கு சாதகமா இருக்கணும்...”

ஆனந்ததீர்த்தன் சொன்னதைக் கேட்டு ராமஜெயமும் மங்களமும் தத்தம் முகங்களில் திகைப்பைப் பூசிக் கொண்டார்கள்.

12

ராமஜெயம் கேட்டார்.

"பரணியோட ரத்த வகைக்கு ஒத்துப் போற மாதிரி ஆர். ஹெச். ஃபேக்டர்ஸ் உள்ள பொண்ணை எப்படித் தேடிக் கண்டுபிடிக்கப் போறீங்க?"

"அந்தப் பொறுப்பை டாக்டர் மாசிலாமணி ஏத்துகிட்டார். அவருக்கு சிட்டியில இருக்கிற நிறைய ப்ளட் டோனர்ஸ் அஸோசியேஷன்ஸ்ஸோட தொடர்பு இருக்கு... அவங்களைக் காண்டாக்ட் பண்ணினா... பரணிக்கேத்த ரத்த க்ரூப் உள்ள பொண்ணு கிடைக்கலாம்..."

"இட்ஸ் ஓ. கே... மிஸ்டர் ஆனந்ததீர்த்தன்... பட் இந்த விஷயத்துல உங்க மனைவியை எப்படிச் சமாதானப்படுத்தப் போறீங்க...?"

"கொஞ்சம் கஷ்டம்தான்... இருந்தாலும்... பேசற மாதிரி பேசினா... அவளைக் கன்வின்ஸ் பண்ணிடலாம்... பரணிக்கு ஒரு குறிப்பிட்ட ரத்த க்ரூப் உள்ள பொண்ணுதான் மனைவியா வரணும்... இல்லேன்னா... அவனோட உடம்புக்கு கெடுதல்ன்னு சொன்னாப் போதும்... அவ எந்த மறுப்பும் சொல்லாமே ஒத்துக்குவா."

"சரி... பரணியைக் கன்வின்ஸ் பண்றது எப்படி?"

"டாக்டர் சித்திக் சொன்ன ப்ளட் க்ரூப் காரணத்தைச் சொல்ல வேண்டியதுதான். ஒரு டாக்டரோட ஸ்டேட்மெண்ட்டை அவன் அலட்சியம் பண்ணமாட்டான்...

பரணியோட கல்யாண விஷயத்துல... எனக்கும்... டாக்டர் மாசிலாமணிக்கும் இன்னொரு யோசனையும் இருக்கு...”

“என்ன...?”

“பரணியோட ஸ்கூல் டேஸ்ல அவனுக்கு வாத்தியாரா இருந்த ஒருத்தரோட பொண்ணு இப்போ பரணியோட கொஞ்சம் நெருங்கிப் பழகறா... பொண்ணு பேர் மலர். பார்க்க லட்சணமா இருக்கா... அப்பா காலமானதிலிருந்து... வீட்டை நிர்வாகம் பண்றது அவதான். ரொம்பவும் ஏழ்மையான குடும்பம். நோயாளி அம்மா... கல்யாணத்துக்குத் தயாராய் இருக்கிற மூணு தங்கச்சிங்க...”

ராமஜெயம் குறுக்கிட்டுக் கேட்டார்.

“பரணி அந்தப் பொண்ணை விரும்பறாரா?”

“தெரியலை... ஆனா தினமும் ஒரு தடவையாவது ஹாஸ்பிடலில் அட்மிட் ஆயிருக்கிற மலரோட அம்மாவைப் பரணி பார்க்கப் போறதா டாக்டர் சொன்னார்.”

“சரி... பரணியும், மலரும் ஒருத்தரையொருத்தர் விரும்பறதாவே வெச்சுக்குவோம். அவங்க ரெண்டு பேருக்கும் கல்யாணம் பண்றதாயிருந்தாலும் மலரோட ப்ளட் க்ரூப் பரணிக்கு ஒத்துப் போகணுமே...”

“டாக்டர் மாசிலாமணியோட அடுத்தவேலை அதுதான்.”

“எது...?”

“மலரோட ப்ளட் க்ரூப்பை டெஸ்ட் பண்ணி அது பரணிக்கு ஒத்துப் போற ப்ளட் க்ரூப் தானான்னு பார்க்கப் போறார். ஒத்துப் போயிட்டா... அடுத்த கட்டமே கல்யாணப் பேச்சுதான்...”

ராமஜெயம் பெருமூச்சு விட்டார்.

“ஒரு பொண்ணோட வாழ்க்கையைப் பணயம் வெச்சுத்தான் பரணியோட உயிர் காப்பாத்தப்படணும்ன்னு நினைக்கறப்பதான்... மனசுக்குக் கஷ்டமாயிருக்கு...”

மங்களம் ஏதோ பேச நினைத்து சமையலறையிலிருந்து வெளிப்பட்ட பாகீரதியைப் பார்த்ததும் வாயை மூடிக் கொண்டாள்.

ஒரு தட்டில் பிஸ்கெட்டுகளும் - இன்னொரு தட்டில் டீ கோப்பைகளுமாய் வெளிப்பட்ட பாகீரதி அவர்களைப் புன்னகையோடு நெருங்கினாள்.

"கொஞ்சம்... லேட்டாயிடுச்சு..."

யாரும் எதுவும் பேசவில்லை. ஒரு இறுக்கமான மௌனத்துக்கு மத்தியில் - கொண்டு வந்ததை டீபாயின் மேல் பரப்பினாள் பாகீரதி.

"எடுத்துக்குங்க... வீட்லயே ப்ரிப்பேர் பண்ணின பிஸ்கெட்..."

ராமஜெயம் மட்டும் ஒரு பிஸ்கெட்டை எடுத்துக் கொண்டு மெலிதாய் ஒரு கடி கடித்தார்.

பாகீரதி கணவனிடம் திரும்பினாள்.

"என்னங்க..."

"ம்..."

"பரணிக்கு ஒரு நல்ல பொண்ணாப் பார்த்துக் கொடுக்கும்படி இவங்க கிட்டேயும் சொல்லியிருக்கேன்..."

"ம்..."

"என்ன...ம்...?"

"சரின்னு சொன்னேன்..."

பாகீரதி ராமஜெயத்தை ஏறிட்டாள். "பார்த்தீங்களா...? பரணியோட கல்யாணப் பேச்சை எடுத்தாலே... இப்படித்தான்... எதையோ பறி கொடுத்தவர் மாதிரி அப்செட் ஆயிடுவார்... இவர் மனசுக்குள்ளே என்ன இருக்குன்னு தெரிஞ்சுக்கிறதுக்குள்ளே பரணிக்கு வயசாயிடும்..."

"மலர்...!"

வெங்கடேஷ் கூப்பிட – கடற்கரை மணலில் – வலது கையில் ஆட்காட்டி விரலால் கோலம் போட்டுக் கொண்டிருந்த மலர் நிமிர்ந்தாள்.

"ம்..."

"நீயும், நானும் பீச்சுக்கு வந்து உட்கார்ந்து பத்து நிமிஷமாச்சு. இந்த பத்து நிமிஷத்துல நீ பேசின வார்த்தை எவ்வளவு தெரியுமா? நாலே நாலுதான்..."

"மனசு சரியில்லை வெங்கடேஷ்."

"ஏன்...?"

"அம்மாவோட உடல்நிலை ரொம்பவும் மோசமாயிடுச்சு. எந்த நேரத்துல எது நடக்குமோன்னு பயமா இருக்கு..."

"ரெண்டு நாளைக்கு முன்னாடி பரவாயில்லைன்னு சொன்னே...?"

"அன்னிக்கு நல்லாயிருந்தது..ஆனா ரெண்டு நாளா சரியில்லை..."

"டாக்டர் என்ன சொல்றார்...?"

"கொஞ்ச நேரத்துக்கு முந்திதான் புதுசா ஒரு குண்டைத் தூக்கிப் போட்டார்..."

"குண்டா?"

"ம்... அம்மாவுக்கு இப்போ ரெண்டு கிட்னியும் வேலை செய்யலையாம்... இன்னும் ஒரு மாசத்துக்குள்ளே மாற்றுச் சிறுநீரகம் பொருத்தியாகணுமாம்... இல்லேன்னா அம்மா பிழைக்கறது கஷ்டம்னு சொல்றார்."

வெங்கடேஷ் முகம் மாறினான்.

"இது பெரிய விஷயமாச்சே...! உங்கம்மாவுக்குப் பொருத்தமான கிட்னியும் கிடைக்கணும்... அந்த ஆப்ரேஷனை நடத்த பெரிய தொகையும் வேணுமே...!"

"தொகையைப் பத்தி எந்த பிரச்சனையும் இல்லை வெங்கடேஷ்."

"மலர்... நீ என்ன சொல்றே...? மாற்று சிறுநீரக அறுவை சிகிச்சைக்கு லட்ச லட்சமா வேணும்... அவ்வளவு பெரிய தொகை உன்கிட்ட இல்லேன்னு எனக்குத் தெரியும். என்கிட்டேயும் இல்லேன்னு உனக்கும் தெரியும்..."

"உங்ககிட்டேயும், என்கிட்டேயும் இல்லாத அந்த பணம் மிஸ்டர் பரணிகிட்டே இருக்கு."

"பரணி அந்த ஆப்ரேஷனுக்கான செலவை ஒத்துக்கிட்டாரா?

"ஒத்துக்கிட்டார்..."

"அப்படீன்னா... இப்போதையத் தேவை கிட்னி மட்டும்தான்..."

"அதுவும் தயார்..."

"தயாரா...?"

"ம்... எங்கம்மாவுக்கு கிட்னியை தரப்போறது நான்தான்..."

வெங்கடேஷ் திகைத்து நிமிர்ந்தான்.

"ம...ல...ர்..."

"என்ன வெங்கடேஷ்... அப்படி அதிர்ச்சியா பார்க்கறீங்க?"

"உன்னோட கிட்னி உங்கம்மாவுக்குப் பொருந்துமா?"

"பொருந்தும்ன்னு டாக்டர் சொல்லிட்டார். இனி ஆப்ரேஷனுக்கு தேதியைத்தான் ஃபிக்ஸ் பண்ணணும்..."

வெங்கடேஷ் இறுகிய முகத்தோடு தலையைத் திருப்பி, தொலைவில் அசையும் கடலையே வெறித்துப் பார்த்தான். நிமிஷ நேரம் கழித்து மலர் அவனுடைய தோளைத் தொட்டாள்.

"வெங்கடேஷ்...!"

"ம்..."

"என்ன... பேச்சையே காணோம்?"

"பேச இனி என்ன இருக்கு...? அதுதான் எல்லாத்தையும் பேசி முடிவு பண்ணிட்டு வந்துட்டியே...?"

"ஸாரி வெங்கடேஷ்...! கொஞ்ச நேரத்துக்கு முந்திதான் இந்த பிரச்சனையே வந்தது. அம்மாவுக்கு இப்படின்னு டாக்டர் விஷயத்தைச் சொன்னதும் அப்படியே ஆடிப் போயிட்டேன்..."

"உங்கம்மாவுக்கு கிட்னி நீதான் தரணுமா...? உனக்குக் கீழே இருக்கிற மூணு சிஸ்டர்ஸ்ல யாராவது ஒருத்தர் தரக்கூடாதா...?"

"அவங்க... கிட்னி பொருந்தாதுன்னு டாக்டர் சொல்லிட்டார்..."

"கிட்னி தர்றது சம்பந்தமா என்கிட்ட ஒரு வார்த்தை கேட்கணும்ன்னு உனக்குத் தோணலையா...?"

"தோணிச்சு... ஆனா... அவகாசமும் இல்லை கிட்னி தர்ற மாதிரி வேற யாரும் இல்லை...! கிட்னி யாருக்குத் தரப் போறேன்... என்னைப் பெத்த அம்மாவுக்குத்தானே...?"

"உன்னைக் கல்யாணம் பண்ணிக்கப் போற நான் உனக்கு முக்கியமாப்படலை... அப்படித்தானே...?"

"உங்க பேச்சு சரியில்லையே..."

"நீ மட்டும் நடந்துகிட்டது சரியா...?"

"ஸோ... எங்கம்மாவுக்கு நான் கிட்னி தரக்கூடாதுன்னு நீங்க நினைக்கறீங்க...?"

"ஆமா..."

"உங்க அம்மாவுக்கு அது மாதிரியான ஒரு நிலைமை வந்தா நீங்க கிட்னி தர மாட்டீங்களா...?"

"இந்த விதண்டவாதப் பேச்செல்லாம் என்கிட்ட வேண்டாம்... எனக்கு மனைவியா வரப்போற நீ ஆரோக்யமா இருக்கணும். என்னோட ஃபேமிலியில

இதைக் கேள்விப்பட்டா நம்ம கல்யாணத்துக்கு எதிர்ப்பு தெரிவிப்பாங்க.”

மலர் வெறுமையாய்ப் புன்னகைத்தாள்.

“நம்ம கல்யாணத்துக்கு அவங்க எதிர்ப்பு தெரிவிக்கிறது இருக்கட்டும்... நீங்க என்ன சொல்றீங்க...?”

13

“யளிச்ன்னு சொல்லிடவா...?”– வெங்கடேஷ் இப்படிக் கேட்டதும் மலர் தன் தலையைச் சாய்த்து முகத்தில் எந்தவிதமான உணர்ச்சியையும் காட்டாமல் அவனையே பார்த்தாள்.

“ம்... சொல்லுங்க...”

“நீ உங்கம்மாவுக்குக் கிட்னி தந்தா... நான் நம்ப கல்யாணத்தைப் பத்தி யோசிக்க வேண்டியிருக்கும்...”

“அதாவது கல்யாணம் நடக்காதுன்னு சொல்லாமே சொல்றீங்க...?”

“நீ எப்படி நினைச்சுகிட்டாலும் சரி...”

மலர் எழுந்து கொண்டாள்.

“வாங்க போலாம்...”

“நீ இன்னும் பதிலே சொல்லலை...”

“சில கேள்விகளுக்கு மௌனமே பதிலா இருக்கிறது ரொம்ப நல்லது. கிளம்பலாமா...? எனக்கு நேரமாச்சு...”

“முடிவா எனக்கு ஒரு பதிலைச் சொல்லிட்டுப் போ.”

“ஸாரி... நான் இப்போ எதுவும் பேசக் கூடிய நிலைமையில இல்லை.” சொன்ன மலர் மணலில் கால்களில் புதைய, ரோட்டைப் பார்த்தபடி வேகவேகமாய் நடக்க ஆரம்பித்தாள்.

“மலர்... ஒரு நிமிஷம்...!”

அவள் திரும்பவில்லை.

“மலர்...!!!” குரலை எக்கிக் கூப்பிட்ட வெங்கடேஷை லட்சியப்படுத்தாமல் வேகமாய் நடக்க ஆரம்பித்தாள் மலர்.

மறுநாள் காலை ஆறு மணி.

மரங்கள் அடர்ந்த ஆள்அரவமற்ற அந்த ரோட்டில் மாசிலாமணியும், ஆனந்ததீர்த்தனும் காலைநேர வாக்கிங்கை ஆரம்பித்திருந்தார்கள். காற்றின் முதுகில் குளிர் உட்கார்ந்திருந்தது. மாசிலாமணியின் முகத்தில் லேசாய் ஒரு சந்தோஷப் பூச்சு அடித்த மாதிரி தெரிந்தது.

“ஆனந்ததீர்த்தன்! உங்க விருப்பப்படியே மலரோட ப்ளட் க்ரூப்பை டெஸ்ட் பண்ணிப் பார்த்தேன். என்னால ஆச்சர்யத்தைக் கட்டுப்படுத்திக்க முடியலை... அவ ப்ளட் க்ரூப்ல இருக்கிற ஆர்.ஹெச். ஃபேக்டர்ஸ் பரணியோட ப்ளட் க்ரூப்புக்கு ஏத்த மாதிரி இருக்கு. மலரை பரணிக்குக் கல்யாணம் பண்ணி வெச்சா – டாக்டர் சித்திக் சொன்ன மாதிரி பரணிக்குக் குணமாக வாய்ப்பு இருக்கு.”

“டாக்டர்... இன்னும் அதை என்னால நம்பமுடியலை...”

“எதை...?”

“ட்யூமர்... சாதாரண ஒரு விஷயமில்லை. ஒரு ஆணும், பெண்ணும் இணையுற விஷயத்தில... ட்யூமர் குணமாகுமா...?”

“அது டாக்டர் சித்திக்கோட நம்பிக்கை... இதில் உங்களுக்கு நம்பிக்கை ஏற்பட்டா மட்டுமே... பரணி – மலரோட கல்யாணத்துக்கு முயற்சி பண்ணலாம்...”

“நமக்கு வேற வழி இல்லன்னா... இப்போதைக்கு இதுதான் வழி. சரி... அந்தப் பொண்ணு ஒத்துக்குவாளா...?”

“கேட்டுப் பார்க்கணும்... ஏன்னா அவளுடைய அம்மாவுக்கு உடம்பு இப்போ ரொம்பவும் முடியலை.”

“பரணி, மலர் ரெண்டு பேருக்கும் மத்தியில எது மாதிரியான உறவு இருக்கு...?”

“தெரியலை... பட் அவங்க ரெண்டு பேருக்கும் நடுவுல ஏதோ ஒரு நெருக்கம் இருக்கு... பரணி ஹாஸ்பிடலுக்கு வந்தா ஒரு அரைமணி நேரமாவது இருந்துட்டுப் போகத் தவறதில்லை...”

“மலரோட அம்மாவுக்கு என்ன உடம்புக்கு?”

“அட்மிட்டானப்ப ஆஸ்துமாவும், ஃபிட்ஸூம் இருந்தது. அதுக்கு ட்ரீட்மெண்ட் கொடுத்து குணமாகற ஸ்டேஜில கிட்னி ப்ராப்ளம் ஆரம்பமாயிருக்கு... ரெண்டு சிறுநீரகங்களுமே சரியா வேலை செய்யறதில்லை...”

“அப்படீன்னா... மாற்று சிறுநீரகம் பொருத்தணுமா?”

“அப்படித்தான் நினைச்சேன். அதுக்காக மலர்கூட தன்னோட சிறுநீரகத்தைத் தர ஒத்துக்கிட்டா... ஆனா இப்போ அந்த அம்மாவுக்கு ஆப்ரேஷன் பண்ண முடியாத நிலைமை. ரத்தத்தில் சர்க்கரை அதிகம். மாற்று சிறுநீரகம் பொருத்தினா அதை ஒத்துக்கிற வலு கிடையாது. என்ன பண்றது.... இனி ஒரு ஆறு மாச காலத்துக்கு அந்த அம்மா இதே மாதிரி இருந்துட்டுப் போய்ச் சேர வேண்டியது தான்...”

ஆனந்ததீர்த்தன் அந்த மரத்துக்குக் கீழே ஆயாசமாய் நின்றார். “டாக்டர்! தன்னோட அம்மா இப்படி இருக்கிற சூழ்நிலையில மலர் கல்யாணம் பண்ணிக்க நினைக்க மாட்டாளே...?”

“நீங்களும், நானும் அவகிட்ட பேசிப் பார்க்கலாமா...?”

“நான் எதுக்கு டாக்டர்...? நீங்களே மலர்கிட்டேயும், அவ அம்மாகிட்டேயும் பேசிப் பாருங்க... பரணியைக் கல்யாணம் பண்ணிக்க மலருக்கு சம்மதம்ன்னா... அதுக்கப்புறம் நாம ரெண்டு பேரும் பரணிகிட்டே பேசுவோம்...”

டாக்டர் புன்னகைத்தார். “மலர்கிட்ட நான் மட்டும் பேசறது சரியில்லை... ‘பரணியை கல்யாணம் பண்ணிக்க உனக்கு சம்மதமா?’ன்னு கேட்டா அவ பிரமிச்சுப் போயிடுவா... அவளுக்கு சில சந்தேகங்களும் வரும். அந்த சந்தேகங்களுக்குப்

பொருத்தமான பதில்களைச் சொல்லணும்ன்னா... மலர்கிட்ட பேசும்போது நீங்களும்கூட இருக்கணும்..."

"சரி... என்ன பேசலாம்...?"

"சாயந்திரம் ஆபீஸ் முடிஞ்ச ஆறு மணிக்கெல்லாம் ஹாஸ்பிடலுக்கு வந்துடுவா... நீங்க ஒரு ஆறரை மணிக்கு வாங்க... மலரை என்னோட ரூமுக்கு வரவழைச்சுப் பேசிடலாம்..."

"டா... டாக்டர்..."

"ம்..."

"நாம பண்ணிட்டிருக்கிற இந்த விஷயம் சரிதானா...?"

"சரியோ தப்போ... பரணியோட உயிரைக் காப்பாத்த நமக்கு கிடைச்சிருக்கிற கடைசி வாய்ப்பு இது... கடவுள் மேல பாரத்தைப் போட்டுட்டு... முயற்சி செய்வோம்..."

"மலர் ஒருவேளை பரணியைக் கல்யாணம் பண்ணிக்க சம்மதிக்கலைன்னா...?"

"அந்தப் பொண்ணு இல்லாட்டி என்ன..? மேட்ரிமோனியல் விளம்பரம் கொடுத்துப் பார்ப்போம்... ஏதாவது ஒரு பொண்ணு கிடைக்காமலா போயிடுவா...?"

டெலிபோன் அடித்தது.

ஆபீஸ் ட்ராயரைப் பூட்டி விட்டு – வீட்டுக்குக் கிளம்பிப் போகும் அவசரத்தில் இருந்த மலர் ரிஸீவரை எடுத்தாள்.

"எஸ்... ரதி காஸ்மெடிக்ஸ்..."

"மலர்..."

மறுமுனையில் வெங்கடேஷின் குரல்.

மலர் சில விநாடிகள் மௌனித்து விட்டு - இறுகிய முகத்தோடு "சொல்லுங்க..." என்றாள்.

"ஸாரி..."

"எதுக்கு ஸாரி...?"

“பீச்ல உன்கிட்ட அப்படிப் பேசினதுக்கு.”

“என்ன பேசினீங்க...?”

“என்ன மலர்... ஒண்ணும் தெரியாதது மாதிரி கேட்கறே...? உங்கம்மா கிட்னி ஆப்ரேஷன் விஷயமா உனக்கும், எனக்கும் ஒரு உரசல் ஆச்சே...?”

“ஓ... அதைச் சொல்றீங்களா...! அதுக்கென்ன இப்போ?”

“நான் அப்படி பேசியிருக்கக் கூடாது...”

“இது எந்த போதிமரத்துக்குக் கீழே கிடைச்ச ஞானம்?”

“மலர்...! நீ கோபமா பேசறது நியாயம்தான்...! கொஞ்ச நேரத்துக்கு முந்திதான் டாக்டர் மாசிலாமணிக்கு போன் பண்ணி உன்னோட ரிலேட்டிவ் மாதிரி பேசி... உங்கம்மா கிட்னி ஆப்ரேஷனைப் பத்தி விசாரிச்சேன்... அதுக்கு அவர் உங்கம்மாவுக்குக் கிட்னி மாற்று ஆப்ரேஷன் பண்ண வழியில்லைன்னு சொன்னார்...”

“உடனே சந்தோஷமா எனக்கு போன் பண்ணீட்டீங்களாக்கும்..!”

“மலர்...”

“நான் எங்ம்மாவுக்கு கிட்னி தர வேண்டியதில்லைன்னு சொன்னதும் பழையபடி உங்க மனசுக்குள்ளே காதல் வெள்ளம் பெருக்கெடுத்திருக்கும்!”

“ஸாரி மலர்...”

“ஏதோ லைசென்ஸ் எக்ஸ்பைரி ஆனா ரென்யூவல் பண்ணிக்கிற மாதிரி... காதலை ரென்யூவல் பண்ணிக்க நினைக்கறீங்க... இல்ல?”

“மலர், அந்த விஷயத்தைப் பெரிசு பண்ணாதே... நேத்திக்கு நடந்ததையெல்லாம் மறந்துடுவோம்...”

“நீங்க மறந்துடலாம்... என்னால மறக்க முடியாதே...! நேத்திக்கு நீங்க பேசினதையெல்லாம் ஒரு தடவை நினைச்சுப்பாருங்க...”

“நான்தான் ஸாரி கேட்டுட்டேனே...?”

“ஸாரி கேட்டுட்டா... எல்லாம் சரியாயிடுமா?”

“இப்ப என்ன பண்ணணும்ங்கிறே...?”

“போன வெக்கச் சொல்றேன்...”

“மலர்...”

“போனை நீங்க வெக்கறீங்களா... இல்லை நான் வெச்சிடட்டுமா...?”

“மலர்...! ஒரு பொண்ணுக்கு இவ்வளவு கோபம் ஆகாது.”

“டொக்.”

மலர் ரீஸீவரை வைத்து விட்டாள்.

மலர் ஹாஸ்பிடலுக்குத் திரும்பிய போது ஆறு மணி.

அம்மா இருந்த வார்டை நோக்கி வராந்தாவில் நடந்தபோது நர்ஸ் எதிர்பட்டாள்.

“டாக்டர்... உங்களைப் பார்க்கணும்னு சொன்னார்.”

“அம்மாவுக்கு பிரச்சனை ஒண்ணும் இல்லையே... சிஸ்டர்?”

“இல்லை...”

“பின்னே எதுக்காக...?”

“தெரியலை...”

முகத்தில் ஒரு பெரிய கேள்விக்குறியை ஒட்ட வைத்துக் கொண்டு – டாக்டரின் அறை இருந்த பக்கமாய் நடக்க ஆரம்பித்தாள் மலர்.

14

“மலர் பரணியைக் கல்யாணம் பண்ணிக்க சம்மதிப்பாளா, டாக்டர்...?” கேட்ட ஆனந்ததீர்த்தனைப் புன்னகையோடு பார்த்தார் மாசிலாமணி.

“பரணியோட நோய் பத்தின உண்மை தெரியாத வரைக்கும் மலரைச் சம்மதிக்க வைக்கிறது பெரிய காரியமில்லை. எந்தக் காரணத்தை முன்னிட்டும் அவளுக்கு உண்மை தெரியக்கூடாது.”

“அவளை ஏமாத்தறோம்ன்னு நினைக்கறப்ப மனசுக்குக் கஷ்டமாத்தான் இருக்கு டாக்டர்... ஆனா பரணி உயிர் பிழைக்க இந்த ஒரு வாய்ப்பை விட்டா... வேற எந்த வாய்ப்பும் இல்லையே...?”

மாசிலாமணி பெருமூச்சுவிட்டார்... “நம்ம கையில எதுவுமே இல்லை... பரணிக்கும், மலருக்கும் கல்யாணம் நடக்கணும்னு விதி இருந்தா அதைத் தடுக்க யாராலும் முடியாது...”

“டொக்... டொக்...”

சாத்தப்பட்டிருந்த கதவு தட்டப்பட – மாசிலாமணி குரல் கொடுத்தார். “எஸ்... கம் இன்...”

கதவைத் தள்ளிக் கொண்டு மலர் உள்ளே வந்தாள். சற்றே இளைத்த முகம். தலைமுடி சிலும்பியிருந்தாலும் அவளுடைய முகத்துக்கு அழகாக இருந்தது. நெற்றியின் மையத்தில் இருந்த ஸ்டிக்கர் பொட்டு சற்றே பிடிப்பில்லாமல் தெரிந்தது.

"டாக்டர்! நீங்க என்னைக் கூப்பிட்டதா..." அவள் பேசி முடிக்கும் முன்பே – மாசிலாமணி குறுக்கிட்டார். "உன்கிட்ட ஒரு முக்கியமான விஷயத்தைப் பத்திப் பேசணும்... ஒரு பத்து நிமிஷம் எனக்காக ஒதுக்க முடியுமாம்மா...?"

"என்ன டாக்டர்... இப்படி பேசறீங்க...? நீங்க என்கிட்ட பர்மிஷன் கேட்டுப் பேசற அளவுக்கு நான் பெரிய மனுஷி கிடையாது. நீங்க எப்பக்கூப்பிட்டாலும் அந்த நிமிஷமே வர நான் தயாரா இருக்கேன்..."

மாசிலாமணி புன்னகைத்து எதிரில் இருந்த நாற்காலியைக் காட்டினார்.

"உட்காரம்மா..."

"பரவாயில்லை டாக்டர்..."

"இது உட்கார்ந்து பேசவேண்டிய விஷயம்..."

மலர் தயக்கமாய் நுனி நாற்காலிக்குத் தன் உடம்பைக் கொடுத்தாள். மாசிலாமணி ஆனந்ததீர்த்தனைக் காட்டிக் கொண்டே கேட்டார்.

"இவர் யார்ன்னு உனக்குத் தெரியுமாம்மா?"

"தெ... தெரியும்..."

"யாரு...?"

"மிஸ்டர் பரணியோட ஃபாதர்..."

மலர் சொன்னதும் மாசிலாமணி தன் ரிவால்விங் சேரில் ஒரு அரைவட்டம் சுற்றிக் கொண்டே மெதுவாய்ப் பேச்சை ஆரம்பித்தார்.

"பரணியோட குடும்பத்துக்கு நான் ஃபேமிலி டாக்டர் மட்டும் இல்லை. ஒரு வெல்விஷ்ஷரும் கூட... நல்லது கெட்டது எது நடந்தாலும் அந்த வீட்ல எனக்கும் பங்கு உண்டு..."

"மிஸ்டர் பரணி சொல்லியிருக்கார் டாக்டர்..."

"இப்ப அவங்க வீட்ல நடக்கப் போற ஒரு நல்ல காரியத்துக்காக உன்னோட சம்மதத்தைத் தெரிஞ்சுக்கிறதுக்காக என்கிட்ட வந்திருக்காங்க."

மலரின் அழகான சிறிய நெற்றி வியப்புக்கு உட்பட்டது. "என்னோட சம்மதமா...?"

"ஆமாம்மா... உன்னை அவங்க மருமகளாக்கிக்க ஆசைப்படறாங்க..."

"டா... டாக்டர்..."

உட்கார்ந்திருந்த நாற்காலியினின்றும் விருட்டென்று ஒரு நேர்க்கோடு மாதிரி எழுந்தாள்.

"உட்காரும்மா... ஏன்... எந்திரிச்சுட்டே...?"

"இ... இது... இது..."

"எனக்குத் தெரியும்... இது உனக்கு அதிர்ச்சியான விஷயம்தான். உனக்கு மட்டுமில்லை. பரணியோட ஃபாதர் இந்த விஷயத்தை என்கிட்ட சொன்னப்ப இதே அதிர்ச்சிதான் எனக்கும். ஆனா அந்த அதிர்ச்சியோட ஆயுசு பத்தே விநாடிதான். அதுக்கப்புறம் அவர் சொன்னது சரின்னு என் மனசுக்குப்பட்டது. ஒரு பணக்காரப் பொண்ணைச் சுலபமா மருமகளாக்கிக்க அவரால முடியும். பட் அவர் விரும்பறது உன்னை மாதிரியான... குடும்பப்பாங்கான பொண்ணைத்தான்..."

மலர் தலைகுனிந்து மௌனம் சாதிக்க – ஆனந்ததீர்த்தன் குறுக்கிட்டார். "உடனே பதில் சொல்லணும்ங்கிற அவசியம் இல்லேம்மா... நீ உன் வீட்டுக்குப் போய் உன் வீட்டைச் சேர்ந்தவங்ககிட்டே கலந்து பேசிட்டு அப்புறமா முடிவைச் சொல்லலாம்..."

மலர் வாயைத் திறந்தாள். "கல்யாண விஷயத்துல நான் என்ன முடிவு எடுக்கிறேனோ... அதுதான் என் வீட்டைச் சேர்ந்தவங்களோட முடிவும்..."

"அப்புறமென்ன...? உன் முடிவைச் சொல்லும்மா...!"

“என்னோட முடிவைச் சொல்றதுக்கு முந்தி உங்ககிட்டே நான் சில கேள்விகளைக் கேட்கலாமா ஸார்...?”

“ம்..கேளும்மா...”

“உங்க மகன் பரணிக்கு என்னைக் கல்யாணம் பண்ணிக்க இஷ்டமா...?”

“உன்னை மாதிரியான... பொண்ணு... என் பையனுக்குக் கிடைக்கணுமே...?”

“ஸார்! பணக்காரங்களைப் பத்தி நான் நிறைய கேள்விப்பட்டிருக்கேன். அதுல ஒண்ணு... அவங்க காரணமில்லாமே ஏழைங்க வீட்ல பொண்ணு எடுக்க மாட்டாங்களாம்...”

“நீ... என்னம்மா சொல்றே...?”

“என்னை உங்க மகனுக்குக் கட்டி வைக்கிற எண்ணத்துக்குப் பின்னாடி ஏதோ காரணம் இருக்குன்னு சொல்றேன்...”

ஆனந்ததீர்த்தனின் முகம் இறுகியது. “ஓ... ஓ... ஒரு காரணமும் இ... இல்லேம்மா... உன்னை மாதிரி... லட்சணமான... குடும்பப்பாங்கான... ஒரு பொண்ணை...”

“பொய்...!”

இப்போது மாசிலாமணி குறுக்கிட்டார், “அவர் ஏம்மா பொய் சொல்லணும்...?”

“ஸாரி... டாக்டர்! நீங்களும் அவர் கூட சேர்ந்துட்டுப் பொய் பேசறதை நான் விரும்பலை... இந்த அறைக் கதவைத் தட்டறதுக்கு முன்னாடி ரெண்டு நிமிஷ நேரம் வெளியே நின்னு, நீங்களும், அவரும் பேசினதையெல்லாம் அட்சரம் பிசகாமே கேட்டுட்டேன்...”

அரை நிமிஷ நேரத்துக்கு அங்கே ஆழ்கடலின் அமைதி.

மாசிலாமணியும், ஆனந்ததீர்த்தனும் இருண்ட முகங்களோடு ஒருத்தரையொருத்தர் பார்த்துக் கொள்ள,

மலர் உதட்டில் ஒட்ட வைத்துக் கொண்ட ஒரு சின்னப் புன்னகையோடு தொடர்ந்தாள்.

“பரணியை... ஏதோ நோய் தாக்கியிருக்குனு பேசிட்டிருந்தீங்க... அது என்ன நோய்ன்னு எனக்குத் தெரியாது. நோய்வாய்ப்பட்டிருக்கிற பரணிக்கு எதுக்காக கல்யாணம் பண்ணி வைக்க ஆசைப்படறீங்கன்னும் எனக்குத் தெரியாது... வயசுல பெரியவங்களான நீங்க எப்படி இப்படியொரு......”

மாசிலாமணி அவளைக் கையமர்த்தினார்.

“பொறும்மா...! இனிமே... உன்கிட்ட எந்த விஷயத்தையும் மறைச்சுப் பிரயோஜனமில்லை... பரணியைப் பத்தின எல்லா உண்மைகளையும் உன்கிட்ட சொல்லிடறேன்... அதுக்கப்புறம் பரணியைக் கல்யாணம் பண்ணிக்கிற விஷயத்தில் நீ எந்த முடிவை எடுத்தாலும் சரிதான்...” சொன்ன மாசிலாமணி, தான் அணிந்திருந்த கண்ணாடியைக் கழற்றி வைத்து விட்டு – மெல்லிய குரலில் பரணிக்கு வந்துள்ள மெடுல்லா ட்யூமரைப் பற்றி ஐந்து நிமிஷங்கள் செலவழித்து விளக்கினார்.

டாக்டர் சொன்னதைக் கேட்டு மலரின் முகம் மெல்ல மெல்ல ஒரு திகிலுக்குப் போயிற்று. உடம்பில் தொற்றிக் கொண்ட பதட்டம் உதடுகளில் எதிரொலித்தது.

“அ... அப்படீன்னா... ப... பரணி இன்னும் ஒரு வருஷம்தான் உயிரோட இ... இருப்பாரா...?”

“சிகாகோ டாக்டர் வெச்சிருக்கிற கெடு அது. ஆனா டாக்டர் சித்திக்கின் மெடிக்கல் ரிப்போர்ட் அப்படி இல்லை. பரணி மரணத்தை வெல்லக் கூடிய வாய்ப்பு பத்து சதவீதம் இருக்குன்னு அவரோட ரிப்போர்ட் சொல்லுது. அந்தப் பத்து பர்சென்டை டெஸ்ட் பண்ணிப் பார்க்கத்தான் இந்தக் கல்யாண முயற்சி! தனக்கு இப்படி ஒரு நோய் இருக்கறது பரணிக்குத் தெரியாமே இதுவரைக்கும் காப்பாத்தி வந்துட்டோம்...”

“பரணியைப் பார்த்தா மரணத்தோட போராடற நோயாளி மாதிரி தெரியலையே டாக்டர்... வெளிப் பார்வைக்கு அவர் ஆரோக்கியமாத்தானே இருக்கார்...?”

“ட்யூமரோட ஆரம்ப ஸ்டேஜ் இது. இப்பவே பரணிக்கு மூக்குல ரத்தக் கசிவு ஆரம்பமாயிடுச்சு... அடுத்த ஆறு மாசத்துக்குள்ள ட்யூமரோட வீரியம் அதிகமாகும். பரணி கஷ்டப்படப் போறது அந்த நாட்கள்லதான்... டாக்டர் சித்திக்கோட அட்வைஸ்படி பரணியோட ரத்த க்ரூப்புக்குப் பொருத்தமான ஆர். ஹெச். ஃபேக்டர்ஸ் உள்ள பொண்ணைக் கல்யாணம் பண்ணி வெச்சா... தாம்பத்ய உறவின் காரணமா ஏற்படப் போற ரசாயன மாற்றம் அப்பறம் அந்த ரத்தக் கலப்பு... ட்யூமரைக் குணப்படுத்தலாம். பரணியோட ட்யூமரை குணப்படுத்தக்கூடிய ஆர். ஹெச். ஃபேக்டர்ஸ் உன்னோட ரத்தத்தில் இருக்குங்கிற ஒரே ஒரு காரணத்துக்காகத்தான்... உன்னைப் பரணிக்குக் கல்யாணம் பண்ணி வைக்க ஆசைப்படறோம்...”

ஆனந்ததீர்த்தன் இப்போது – அழுகையை அடக்க கர்ச்சீப்பால் வாயைப் பொத்தித் தலை குனிந்திருந்தார்.

டாக்டர் தொடர்ந்தார். “பரணியைக் கல்யாணம் பண்ணிக்கிற உனக்கு தொண்ணூறு சதவீதம் ரிஸ்க் இருக்குன்னு எங்களுக்குத் தெரியும். ஆனா பெத்த பாசமும் நப்பாசையும் யாரை விட்டது...? அந்த பத்து பர்செண்ட் பரணியைக் குணப்படுத்திடுங்கிற நம்பிக்கை மனசுக்குள்ளே அழுத்தமா இருக்கு.”

மலர் எழுந்து கொண்டாள்.

“என்னம்மா கிளம்பிட்டே?”

“ஸாரி டாக்டர்...”

“இந்த ஸாரிக்கு என்ன அர்த்தம்?”

“நான் ரிஸ்க் எடுக்க விரும்பலை. பரணி நல்லவர், எனக்கு நிறைய உதவி பண்ணியிருக்கார். அவர் நோய்

குணமாகக் கடவுளை வேண்டிக்கிற உதவியைத் தவிர வேற எதுவுமே என்னால பண்ண முடியாது... என்னோட ரத்தத்தில் இருக்கிற ஆர்.ஹெச். ஃபேக்டர்ஸ் மாதிரியே... வேற யாரக்கேச்சும் இருக்கலாம். அது மாதிரியான பெண்கள்ல யாரையாவது பார்த்து பரணிக்குக் கல்யாணம் பண்ணி வையுங்க..."

"மலர்..."

"வெரி... வெரி... ஸாரி டாக்டர்..."

அறைக் கதவைத் திறந்து கொண்டு விருட்டென்று வெளியேற முற்பட்டாள் மலர்.

15

"ஒரு நிமிஷம்... நில்லும்மா...!!!" மலரை ஆனந்ததீர்த்தனின் குரல் தடுத்தது.

நின்றாள்.

ஆனந்ததீர்த்தன் அவளை மெதுவான நடையில் நெருங்கினார். "இப்ப நீ பேசினதெல்லாம்... வாஸ்தவமானதுதான்... ஒரு வருஷமே உயிர் வாழக்கூடிய சாத்தியத்தில் இருக்கிற என் பையனைக் கல்யாணம் பண்ணிக்க நீ மறுக்கறது நியாயம்தான்... இப்படி ஒரு நோய் இருக்கிற பரணிக்குக் கல்யாணத்தைப் பண்ணி வைக்க நினைக்கிறதே தப்புதான்... என் மனசுக்குள்ளே இருக்கிற ஆசையை நான் இப்போ வெளிப்படையா சொல்லிடறேன்... எங்க அப்பா சம்பாதிச்ச சொத்தும் நான் சம்பாதிச்ச சொத்தும் கோடிக்கணக்கா இருக்கு... அந்தச் சொத்துக்கெல்லாம் ஒரே வாரிசு பரணிதான். ஆனா பரணி அந்தச் சொத்துக்களை அனுபவிக்க முடியாது. வயசாயிட்ட என்னாலேயும் என் மனைவியாலேயும் கொஞ்ச காலம்தான் இந்தச் சொத்துக்களை வெச்சுக்கிட்டு பராமரிக்க முடியும்... எங்களுக்குப் பின்னாடி இந்தச் சொத்துக்களை அடைய முறையான வாரிசு வேண்டாமா...? பரணியை நீ கல்யாணம் பண்ணிக்கிட்டா... அவன் உயிர் பிழைக்கிறானோ இல்லையோ... ஒரு வாரிசு உருவாக வாய்ப்பு இருக்கே..."

மலர் வேண்டா வெறுப்பாய்ப் புன்னகைத்தாள். "ஸார்... உங்க சொத்துக்கு நான் ஆசைப்படறவளாயிருந்தா... நீங்க கேட்டதுமே கல்யாணத்துக்குச் சம்மதம்ன்னு சொல்லி தலையை ஆட்டியிருப்பேன்... எனக்குச் சொத்து பெரிசில்லை... எந்த வாழ்க்கை வாழ்ந்தாலும் அதுல ஒரு நிம்மதி இருக்கணும்ன்னு எதிர்பார்க்கிறவ நான்... உங்க மகனைக் கல்யாணம் பண்ணிக்கிட்டு ஒவ்வொரு நிமிஷத்தையும் நிம்மதியில்லாமே கழிக்கச் சொல்றீங்களா?"

"பரணிக்கு ஒருவேளை குணமாயிட்டா... உன்னை மாதிரி சந்தோஷமா வாழப்போறவங்க உலகத்துல வேற யாருமே இல்லை..."

மலரின் முகத்தில் சின்னதாய் ஒரு மாறுதல். அந்த மாறுதலை அவள் முகத்தில் படித்துவிட்ட ஆனந்ததீர்த்தன் சட்டென்று மலரின் கைகளைப் பற்றினார்.

"அம்மா... இது உன் கையில்லை... கால்ன்னு நினைச்சு கெஞ்சிக் கேட்டுக்கிறேன்... பரணியைக் கல்யாணம் பண்ணிக்கச் சம்மதம்ன்னு சொல்லும்மா..."

"எனக்கு யோசிக்க கொஞ்சம் டைம் வேணும். அதுதவிர, கல்யாணமாகி தாம்பத்ய வாழ்க்கையை மேற்கொண்டா பரணிக்கு குணமாக வாய்ப்பிருக்குன்னு எந்த டாக்டர் சொன்னார்?"

"டாக்டர் சித்திக்..."

"அந்த டாக்டர்கிட்டே நான் பேசணும்..."

"என்ன பேசணும்...?"

"உங்க மகனுக்குக் குணமாக்கக்கூடிய வாய்ப்பு எப்படியிருக்கும்ன்னு அவர் வாயாலேயே கேட்டுத் தெரிஞ்சுக்கத்தான்..."

மாசிலாமணி இப்போது குறுக்கிட்டார். "நீ தாராளமா அவரைச் சந்திச்சுப் பேசலாம்... மலர். நான் அதுக்கு ஏற்பாடு பண்றேன். காலையில எட்டு மணிக்கு இதே ரூமுக்கு வா... என்னென்ன சந்தேகங்கள் இருக்கோ... அத்தனையும் நீ

அவர்கிட்டே கேட்கலாம்... அவரைச் சந்திச்சுப் பேசின பின்னாடி உன்னோட முடிவைச் சொன்னா போதும்...”

மலர் இறுகிய முகத்தோடு தலையசைத்தாள்.

மறுநாள் காலை ஒன்பது மணி.

ஹால் சோஃபாவில் உட்கார்ந்து அன்றைய தின ஹிண்டு பேப்பரை பிடிப்பில்லாமல் புரட்டிக் கொண்டிருந்த ஆனந்ததீர்த்தன் டெலிபோன் ஒலித்ததும் ரிஸீவரை எடுத்தார்.

“ஹலோ...”

மறுமுனையில் டாக்டர் மாசிலாமணியின் குரல் கேட்டது.

“ஆனந்ததீர்த்தன்! உங்க பக்கத்துல யாராவது இருக்காங்களா?”

“இல்லை... பாகீரதி சமையல் கட்டுல இருக்கா,பரணி குளிச்சிட்டிருக்கான். என்ன விஷயம் டாக்டர்...?”

“கொஞ்சம் சர்க்கரை எடுத்து வாயில் போட்டுக்குங்க... மலர் டாக்டர் சித்திக்கைப் பார்த்துப் பேசிட்டா.... நம்ம பரணியைக் கல்யாணம் பண்ணிக்கச் சம்மதம்னு சொல்லிட்டா...”

“சந்தோஷம் டாக்டர்... ஆனா...”

“என்ன ஆனா...?”

“அப்புறம் பேச்சு மாறிட மாட்டாளே...”

“இதே சந்தேகத்தைத்தான் நானும் கேட்டேன்...”

“என்ன சொன்னா...?”

“பரணியைக் குணப்படுத்தி அவரோட சந்தோஷமா வாழறதுதான் லட்சியம்னு சொல்லிட்டா...!”

“நான் இதை எதிர்பார்க்கலை டாக்டர்...”

“டாக்டர் சித்திக்குக்குத்தான் நாம நன்றி சொல்லணும். கிட்டத்தட்ட ஒரு மணிநேரம் மலரோட பேசி அவளைக்

கன்வின்ஸ் பண்ணியிருக்கார். இதுக்கு முந்தி குணமான ரெண்டொரு பேஷண்ட்களோட கேஸ் ஹிஸ்டரிகளையும் படிச்சுக் காட்டியிருக்கார். வி... மஸ்ட் தேங்க் ஹிம்...”

“சர்ட்டன்லி...”

“ஆனந்ததீர்த்தன்...! இனி நீங்க உங்க மனைவிகிட்டேயும் பரணிகிட்டேயும் பேசி இந்தக் கல்யாணத்தைச் சீக்கிரத்திலேயே நடத்த ஏற்பாடு செய்யணும்...”

“நான் இன்னிக்கே பேச்சை ஆரம்பிச்சுடறேன்...”

“நீங்க அவங்ககிட்டே பேசிட்டு எனக்கு போன் பண்ணுங்க...”

“ஒரு மணி நேரத்துக்குள்ளே உங்களுக்கு போன் பண்றேன்.” ஆனந்ததீர்த்தன் ரிஸீவரை வைத்து விட்டு – சில விநாடிகள் கண்மூடி மௌனம் அனுஷ்டித்தபின் சமையலறைப் பக்கம் பார்த்துக் குரல் கொடுத்தார்.

“பாகீ...!”

“வந்துட்டேன்!” என்று குரல் கொடுத்தவள் எட்டிப் பார்த்தாள்.

“என்னங்க...?”

“ஒரு பத்து நிமிஷம் வந்துட்டுப் போ...”

உடனே வந்தாள். கணவரின் முகத்தைப் பார்த்து ஆச்சரியப்பட்டாள். “பத்து நாளைக்கப்புறம்... இன்னிக்குத்தான் கொஞ்சம் சந்தோஷமாயிருக்கீங்க...! போன்ல யார் கூடவோ பேசிட்டிருந்தீங்களே... யாரது?”

“நம்ம டாக்டர் தான்...” என்றவர் கேட்டார்.

“பரணி குளிச்சுட்டானா...?”

“ம்... குளிச்சுட்டான்...”

“ஒரு பத்து நிமிஷம் அவனையும் கூப்பிடு...”

“என்ன விஷயம்...?”

“நல்ல விஷயம்தான்... கூப்பிடு சொல்றேன்...”

பாகீரதி பரணியின் அறைக்குப் போய் அவனை அழைத்து வர – அவன் முகத்திலும் கேள்விக் குறி ஒட்டியிருந்தது.

“என்னப்பா...?”

“இப்படி உட்கார் பரணி...”

உட்கார்ந்தான்.

“பாகீ! நீயும் உட்கார்...”

பாகீரதி அவருக்குப் பக்கத்திலேயே உட்கார்ந்தாள். “இன்னிக்குத் தான் உங்க மனசுக்குள்ளே இருக்கறது வெளியே வரப் போகுதுன்னு நினைக்கிறேன்...”

ஆனந்ததீர்த்தன் சில விநாடிகள் நிசப்தம் காத்து விட்டு பரணியை ஏறிட்டார். “பரணி உனக்கு சீக்கிரம் கல்யாணம் பண்றதா முடிவு பண்ணியிருக்கேன்...”

பரணி புன்னகைத்தான். “தாராளமா பண்ணுங்க! நான்தான் எப்போவோ பச்சைக் கொடி காட்டிட்டேனே...”

“பொண்ணைக் கூட பார்த்து முடிவு பண்ணிட்டேன்...”

பாகீரதியின் கண்கள் சரேலென்று விரிந்தன. “என்னது... பொண்ணுக் கூட பார்த்துட்டீங்களா...? பரணியோட கல்யாணப் பேச்சை எடுத்தாலே பிடி கொடுக்காமே பேசிட்டிருந்த நீங்க... எனக்குத் தெரியாமே பொண்ணைப் பார்த்து முடிவு பண்ணிட்டீங்களா... யாருங்க...?”

ஆனந்ததீர்த்தன் மனைவியை ஏறிட்டார்.

“அது யார்ன்னு சொல்றதுக்கு முந்தி உங்க ரெண்டுபேர் கிட்டேயும் ஒரு கேள்வி கேட்க விரும்பறேன்... கேக்கலாமா?”

“ம் கேளுங்க...”

“இந்த வீட்டுக்கு மருமகளா வரப்போற பொண்ணு பெரிய பணக்காரக் குடும்பத்தைச் சேர்ந்தவளா இருக்கணும்னு நீங்க நினைக்கறீங்களா?”

“பொண்ணு... லட்சணமா குடும்பத்துக்கு ஏத்த மாதிரி இருந்தாப்போதும். பணக்கார குடும்பமா இல்லேன்னாலும் கௌரவமான குடும்பமா இருக்கணும்...”

“பரணி! நீ என்ன சொல்றே?”

“அம்மா சொன்னதேதான்...!”

“நான் பரணிக்குப் பார்த்திருக்கிற பொண்ணு கௌரவமான குடும்பத்தைச் சேர்ந்தவ. அப்பா கிடையாது. அம்மா மட்டும்தான். பொருளாதார வசதின்னு பார்த்தா அதல பாதாளம்தான்.”

“அப்பா நீங்க யாரைச் சொல்றீங்க...?”

“மலர்...”

“அ... அப்பா...” பரணி ஆச்சரியத்துக்குப் போக – பாகீரதி கணவரின் தோளைப் பற்றினாள்.

“யாருங்க அந்தப் பொண்ணு...?”

ஆனந்ததீர்த்தன் மலரின் குடும்பத்தைப் பற்றி இரண்டு நிமிஷத்தைச் செலவழித்து விவரமாகச் சொல்ல – பாகீரதியின் முகம் கோபத்துக்கு உட்பட்டது.

“என்னங்க...! நம்ம பரணிக்கு அந்த மாதிரியான குடும்பத்துல போய்த்தானா பொண்ணு எடுக்கணும்...”

“பொண்ணு லட்சணமா... குடும்பப் பாங்கா இருக்கா. மொதல் தடவை பார்த்ததுமே மனசுக்குப் பிடிச்சுப் போச்சு.”

“நீங்க எதிர்பார்க்கிற லட்சணம், குடும்பப் பாங்கு இந்த ரெண்டும் வசதியான குடும்பப் பொண்ணுங்க கிட்டேயும் இருக்கு... தரகர் அன்னிக்கு கொண்டுட்டு வந்து நாலு சம்பந்தங்கள்ல...”

“பாகீ...! பரணிக்கு மலரைத்தான் கல்யாணம் பண்றதுங்கிற முடிவுக்கு நான் வந்துட்டேன்... பொண்ணைப்பாரு! உனக்கும் பிடிக்கும்.”

பாகீரதி மகனிடம் திரும்பினாள்.

“டேய் பரணி! உங்க அப்பாவுக்கு என்னடா ஆச்சு...? உன் கல்யாண விஷயத்துல மெத்தனமா இருந்தவர்... இப்போ திடீர்னு இப்படி ஒரு முடிவு பண்ணிட்டு வந்திருக்கார்...”

பரணி இன்னமும் ஆச்சர்யம் அகலாத முகத்தோடு ஆனந்ததீர்த்தனையே பார்த்துக் கொண்டிருந்தான்.

“அப்பா! எதுக்காக இந்த அவசர முடிவு...?”

“இது அவசர முடிவு இல்லை. நானும் டாக்டரும் கலந்து பேசி எடுத்த முடிவு. உனக்கு மலரைக் கல்யாணம் பண்ணிக்க இஷ்டம் தானே?”

“இல்லை” என்றான் பரணி.

16

ஆனந்ததீர்த்தன் தவிப்பாய் பரணியை ஏறிட்டார்.

"பரணி! மலர்க்கு என்ன குறைச்சல்? குடும்பத்துக்கு ஏத்த லட்சணமான பொண்ணு. பணம் காசு இல்லேங்கற காரணத்துக்காக அவளைக் கல்யாணம் பண்ணிக்க இஷ்டமில்லேன்னு சொல்றியா?"

"பணம் காசை நான் என்னிக்குமே பெரிசா மதிச்சது இல்லை..."

"பின்னே ஏன் வேணாங்கறே...?"

"எனக்கு வாத்தியாரா இருந்த ஒருத்தரோட பொண்ணு அந்த மலர்... அதனாலதான் எனக்குக் கொஞ்சம் உறுத்தலாயிருக்கு..."

"பரணி! இது ஒண்ணும் அந்தப் பொண்ணுக்கு விரோதமா நடக்கிற கல்யாணம் இல்லை.... மலர்க்கு உன்னைக் கல்யாணம் பண்ணிக்க பரிபூர்ண இஷ்டம்..."

"மலர்கிட்டே இதைப் பத்திப் பேசறதுக்கு முன்னாடி.... என்கிட்டே பேசியிருக்கலாமே..."

"பரணி! உன்னோட இஷ்டத்துக்கு விரோதமா இது வரைக்கும் நான் நடந்தது இல்லை. உன்னோட யோசனையைக் கேட்டுத்தான் கம்பெனியோட நிர்வாகத்தை மாத்தினேன். தொழில் முறையில நீ வெளிநாட்டுக்குப் போய்ப் படிக்க ஆசைப்பட்டப்பெல்லாம் மறுப்பு சொல்லாமே தலையாட்டி வெச்சேன்... நீ ஆசைப்பட்டதெல்லாம்

வாங்கிக் கொடுத்திருக்கேன்... இது உன்னோட கல்யாண காரியம். நியாயப்படி பார்த்தா இந்த விஷயத்துல... உன்னோட விருப்பத்துக்குத்தான் முதலிடம் தரணும். ஆனா... அந்தப் பொண்ணு மலரைப் பார்த்ததிலிருந்து என்னவோ தெரியலை. என் மனசுக்குள்ளே இந்த மாதிரியான ஒரு பொண்ணு நமக்கு மருமகளா வரக்கூடாதான்னு ஒரு ஏக்கம். நான் எடுத்த இந்த முடிவுக்கு உன்னோட சம்மதம் கிடைக்குங்கிற நம்பிக்கையில டாக்டரும், நானும் அந்தப் பொண்ணுகிட்டே பேசிட்டோம்..."

"அப்பா..." பரணி அவரையே கூர்ந்து பார்த்தான்.

"ம்..."

"ஒரு சின்ன விஷயமானாலும் அதை யோசனை பண்ணிச் செய்யக் கூடிய நீங்க இவ்வளவு அவசரமா ஒரு கல்யாணத்தைப் பேசி முடிச்சது ஆச்சர்யமா இருக்கு... என்கிட்டத்தான் சொல்ல வேண்டாம். அம்மாகிட்டேயாவது சொல்லியிருக்கலாமில்லையா...?"

"தப்புதான்... பேசியிருக்கணும். இந்தக் காரணத்தை மனசுல வெச்சுக்கிட்டு இந்தக் கல்யாணத்தை வேண்டாம்ன்னு சொல்லிடாதே." பேசிக் கொண்டிருக்கும்போது ஆனந்ததீர்த்தனின் கண்களில் நீர் நிரம்பி தத்தளித்து உருண்டது.

பரணி பதறிப் போனான்.

"அப்பா என்ன இது... இதுக்குப் போய் சின்னக் குழந்தையாட்டம் அழறீங்க... மலரை நான் கல்யாணம் பண்ணிக்கணும் - அதுதானே உங்க ஆசை...?"

"ஆமா..."

"உங்க ஆசைப்படியே இந்தக் கல்யாணம் நடக்கட்டும்."

"பரணி...." கன்னங்களைத் தடவினார் ஆனந்ததீர்த்தன்.

"அப்பா நான் சிகாகோவிலிருந்து வந்த நாள்லிருந்தே நீங்க சந்தோஷமா இல்லை. உங்க உடம்பும் சரியில்லாமே

போச்சு... மலரை நான் கல்யாணம் பண்ணிக்கறதுனால உங்களுக்கு சந்தோஷம் கிடைச்சா அது எனக்குக் கிடைச்ச சந்தோஷம் மாதிரி... கல்யாணத்துக்கு வேண்டிய ஏற்பாடுகளைப் பண்ணுங்கப்பா...”– சொல்லி விட்டு நகர முயன்ற பரணியின் தோளைப் பற்றினார் ஆனந்ததீர்த்தன்.

“ஒரு நிமிஷம் பரணி. என் மனசுல இருக்கிற இன்னொரு விஷயத்தையும் சொல்லிடறேன்...”

பரணி புன்னகைத்தான்.

“சொல்லுங்கப்பா...”

மனைவியிடம் திரும்பினார் ஆனந்ததீர்த்தன். “நீயும் கேட்டுக்கோ பாகீ..! பரணி சிகாகோவில் இருந்தப்ப அவனுக்கு விஷக்காய்ச்சல் வந்து ஹெல்த் சரியில்லாமே போச்சு...”

“எ... எ... என்ன... சொல்றீங்க?” அந்த வினாடி நேரத்துக்குள் முகம் மாறிப் போய் அலற – ஆனந்ததீர்த்தன் அவளைக் கையமர்த்தினார்.

“பயப்படாதே பாகீ! பரணிக்கு ட்ரீட்மெண்ட் எடுத்ததில் உடம்பு பழைய ஆரோக்கியத்துக்கு வந்துருச்சு. ஆனா...”

“ஆனா... என்ன... ஆனா...?”

“பரணியோட ரத்த க்ரூப்பை சோதிச்சுப் பார்த்த நம்ம டாக்டர் மாசிலாமணி தீர்மானமா ஒண்ணைச் சொன்னார்.”

“எ... என்ன...?”

“பரணியோட ரத்த க்ரூப்பில் இருக்கிற ஆர்.ஹெச். ஃபேக்டர்ஸுக்கு தகுந்தபடி எந்தப் பொண்ணோட ரத்த க்ரூப் சேருதோ அந்த பொண்ணைத்தான் கல்யாணம் பண்ணி வைக்கணும்.”

“இ... இல்லேன்னா?”

“இல்லேன்னா... குழந்தை பாக்கியம் பாதிக்கப்படும்.”

“அய்யய்யோ...”

“பதறாதே பாகீ... இப்ப நான் பார்த்து முடிவு பண்ணியிருக்கிற மலரோட ரத்த க்ரூப், பரணியோட ஆர். ஹெச். ஃபேக்டர்ஸுக்குப் பொருத்தமாயிருக்குன்னு டாக்டர் மாசிலாமணி சொல்லியிருக்கார்.”

“அப்படீன்னா சரி... இந்தப் பொண்ணே இருக்கட்டுங்க.” பாகீ அவசரக் குரலில் சொல்ல பரணி புன்னகைத்தான்.

“எனக்கு வந்த விஷக்காய்ச்சல் விஷயத்தை தெரிஞ்சுகிட்டுத்தான் முகத்துல சந்தோஷம் இல்லாமே இருந்தீங்களா...?”

“ஆமா...” என்று தலையாட்டி வைத்தார் ஆனந்ததீர்த்தன். மனசுக்குள் மட்டும் அந்த மரண வலி இருந்தது.

மலர் தன் அம்மாவின் வாயைத் திறந்து மாத்திரை ஒன்றைப் போட்டு தண்ணீர் ஊற்றினாள். அம்மா சிரமத்தோடு விழுங்கிவிட்டு இரும, மலர் அவளுடைய நெஞ்சைத் தடவி விட்டாள்.

“இப்ப எப்படீம்மா இருக்கு...?”

“பரவாயில்ல, உன் கல்யாணம் நடக்கற வரைக்குமாவது நான் உயிரோட இருந்தா.... அதுவே எனக்குப் போதும்...மலர்.”

“தைரியமா இரும்மா... என் கல்யாணத்துக்கு மட்டுமில்ல... தங்கச்சிகளோட கல்யாணத்துக்கும் நீ இருந்து பார்க்கத்தான் போறே...!”

“அந்தக் கொடுப்பினை எனக்கு இருக்கோ என்னவோ?”

“கண்டிப்பா இருக்கு... மனசைப் போட்டுக் குழப்பிக்காமே நீ தூங்கும்மா...”

“மலர்...”

“ம்...”

“உனக்கு இவ்வளவு பெரிய இடத்திலிருந்து மாப்பிள்ளை கிடைக்கும்னு நான் கொஞ்சம்கூட

எதிர்பார்க்கலை. உங்கப்பா உயிரோட இருந்த வரைக்கும் உன்னோட ஜாதகத்தைப் பார்த்துட்டு ‘இவ பெரிய இடத்துல வாழ்க்கைப்பட்டு ஒரு மகாராணி மாதிரி வாழ்வா’ன்னு சொல்வார். அவரோட வாக்கு தெய்வவாக்கு மாதிரி பலிச்சிடுச்சு...”

“நீ பேசாம தூங்கு...”

“ஏண்டி... என்னமோ மாதிரி இருக்கே... இந்த மாதிரி ஒரு சம்பந்தம் கிடைச்ச சந்தோஷத்தையே உன் முகத்துல காணோமே...?”

“என் சந்தோஷமெல்லாம் மனசுக்குள்ள இருக்கும்மா. சரி... நான் வீட்டுக்குக் கிளம்பறேன். தங்கச்சிங்க காத்துட்டிருப்பாங்க...”

நர்ஸ் உள்ளே வந்தாள். “நான் பார்த்துக்கறேன் மலர். நீ கிளம்பு...”

மலர், அம்மாவிடம் விடைபெற்றுக் கொண்டு அறையினின்றும் வெளிப்பட்டு வராந்தாவில் நடந்தாள். நிமிஷ நேரம் நடந்து போர்டிகோவில் இறங்கியபோது அந்தத் தூணுக்குப் பின்புறமிருந்து வெங்கடேஷ் வெளிப்பட்டான்.

“மலர்...”

“என்ன...?”

“கங்கிராட்ஸ்.”

“எதுக்கு...?”

“பெரிய இடத்துக்கு மருமகளா வாழ்க்கைப்படப் போறியே அதுக்குத்தான்.”

“நன்றி...”

சொல்லிவிட்டு நடக்க ஆரம்பித்தவளை மறித்த மாதிரி வந்து நின்றான்.

“இப்படியொரு ராஜபோக வாழ்க்கைக்காகத்தான் என்னை உதறித் தள்ளினியா?”

“எனக்குக் கிடைக்கப் போறது ராஜபோக வாழ்க்கைன்னு நீங்க நினைச்சா அது இமாலயத் தப்பு... உங்களை நான் உதறித் தள்ளலை... என் கிட்னியை கொடுத்தா நம்ம கல்யாணத்தைப் பத்தி யோசிக்க வேண்டியிருக்கும்னு சொன்னது யாரு? நீங்கதானே...? மனிதாபிமானம்ன்னு ஒண்ணு இருந்தாத்தான் அவனை மனுஷனாவே ஏத்துக்க முடியும்...”

“இந்த சினிமா டயலாக்கெல்லாம் என்கிட்டே வேண்டாம். காதலிக்கிறது ஒருத்தனை. கட்டிக்கிறது இன்னொருத்தனை... இது என்ன நியாயம்?”

“காதல்ங்கிற வார்த்தையை உச்சரிக்கக் கூட உங்களுக்கு அருகதை இல்லை. காதலிக்கு ஒரு கஷ்டம்னா... அந்தக் கஷ்டத்துல பங்கு கேட்கிறவன் ஒரு உண்மையான காதலன். நீங்க மனசை நேசிக்கிற ரகம் இல்லை. உடம்பை நேசிக்கிற ரகம். வழியை விடுறீங்களா? நான் கிளம்பணும்...”

வெங்கடேஷ் நகராமல் கேட்டான். “நம்ம காதல் விவகாரம் பரணிக்குத் தெரியுமா?”

“அது காதல் இல்லை. நீங்க என்மேலே வெச்சிருந்தது காமம். இதையெல்லாம் போய் பரணிகிட்டே சொல்லிட்டிருக்க வேண்டிய அவசியம் இல்லை.”

“சாமர்த்தியமா பேசறே... நம்ம காதல் விவகாரத்தை பரணிகிட்டயிருந்து மறைச்சுட்டேனு சொல்லு...”

“நீங்க அப்படியே நினைச்சுக்கலாம். வழியை விடறீங்களா?”

“மலர்... நீ செய்யப்போற காரியம் உன் மனசுக்குத் துரோகமா படலையா?”

“எனக்கு துரோகம் பண்ணத் தெரியாது. அந்த மாதிரியான குடும்பத்துல நான் பிறக்கவும் இல்லை.” சொல்லி விட்டு விடுவிடுவென்று நடக்க ஆரம்பித்துவிட்ட மலரை வெறிக்கப் பார்த்துக்கொண்டு நின்றிருந்தான்.

முதுகுக்குப் பின்புறம் யாரோ தொண்டையைக் கனைக்கும் சத்தம் கேட்டது.

திரும்பினான்.

டாக்டர் மாசிலாமணி.

மெல்ல நழுவ முயன்றான். மாசிலாமணி குரல் கொடுத்தார்.

"ஒரு நிமிஷம் நில்லு..."

நின்றான்.

"நீயும், மலரும் பேசிக்கிட்டிருந்ததை நானும் கேட்டேன். உன் பேர் என்ன வெங்கடேஷா...?"

"ஆமா டாக்டர்..."

"என் ரூம் வரைக்கும் கொஞ்சம் வந்துட்டுப்போ..."

"டாக்டர்..."

"வா... நீ நினைக்கிற மாதிரி மலர் துரோகி இல்லை. அவளைப்பத்தி நீ தெரிஞ்சிக்க வேண்டாமா...? கம்... வித்... மீ..."

டாக்டர் மாசிலாமணி நடக்க ஆரம்பித்துவிட வெங்கடேஷ் அவரைப் பின்தொடர்ந்தான்.

இரண்டு நிமிஷ நடையில் அறை வந்தது. வெறுமனே சாத்தியிருந்த கதவைத் தள்ளிக் கொண்டு உள்ளே போன டாக்டர் மாசிலாமணியை லேசான ஒரு அதிர்ச்சி தாக்கியது.

உள்ளே-

பரணி நாற்காலியில் சாய்ந்தபடி உட்கார்ந்திருந்தான்.

17

தன்னுடைய அறைக்குள் பரணியைப் பார்த்ததும் டாக்டர் மாசிலாமணியின் முகம் ஒரு விநாடி மாற்றத்துக்கு உட்பட்டாலும் - மறு விநாடியே புன்னகைக்கு வந்தது.

"வாங்க பரணி! நான் ரவுண்ட்ஸ் போயிருந்தேன். நீங்க வந்து நேரமாச்சா...?"

"இல்ல டாக்டர்... பத்து நிமிஷம்தான் ஆச்சு... நோ இஷ்யூஸ்." என்று பரணி சொல்லிக் கொண்டிருக்கும்போதே...

"வணக்கம் சார்" என்றான் வெங்கடேஷ்.

"ஓ... வெங்கடேஷா...! நீங்களா...? நான் கவனிக்கவேயில்லை. எங்கே இந்தப் பக்கம்...?"

மாசிலாமணி சட்டென்று குறுக்கிட்டார். "வெங்கடேஷ் என்னோட பேஷண்ட்தான். கன்சல்ட்டிங்காக வந்தார்..."

பரணி கவலையான குரலில் கேட்டான். "என்ன உடம்புக்கு...?"

"கொஞ்சம் சைனஸ் ப்ராப்ளம், ப்ரீத்திங் ட்ரபுள். ரெய்னி சீஸன் வந்தா வெங்கடேஷுக்கு ஒத்துக்காது... மாசத்துக்கு ஒரு தடவையாவது ஹாஸ்பிடல் பக்கம் வந்துடுவார்... பரணி! ஒரு ஃபைவ் மினிட்ஸ் வெயிட் பண்ணுங்க... வெங்கடேஷை செக்கப் பண்ணி அனுப்பிச்சுட்டு வந்துடறேன்."

"டேக் யுவர் வோன் டைம் டாக்டர்..." டாக்டர் மாசிலாமணி வெங்கடேஷை அழைத்துக் கொண்டு

பரிசோதனை அறைக்குள் நுழைந்தார். கதவைத் தாழிட்டார். ஒரு பெருமூச்சோடு வெங்கடேஷை ஏறிட்டார்.

"வெங்கடேஷ்...! நீ நினைக்கிற மாதிரி மலர் துரோகி இல்லை. அவ பரணியைக் கல்யாணம் பண்ணிக்கப்போறது பணத்துக்காக இல்லை."

"பின்னே...!"

"அதைப் பத்தி... உனக்கு விளக்கமா சொல்ல வேண்டியிருக்கு. பரணி வெளியே உட்கார்ந்துட்டிருக்கிற இந்த நேரத்துல எதையும் பேச வேண்டாம்..."

"டாக்டர்... மலரோட நடவடிக்கைகளைப் பார்த்தா எனக்குக் குழப்பமா இருக்கு... அவளால என்னை மறந்துட்டு வேறவொருத்தரைக் கல்யாணம் பண்ணிக்க முடியாது..."

"வெங்கடேஷ்! உனக்கு நிறைய சொல்ல வேண்டியிருக்கு. ஆனா... இது சமயமில்லை. நாளைக்குக் காலையில ஏழு மணி சுமாருக்கு இங்கே வா. உன்னோட குழப்பத்தைத் தெளிய வைக்கிறேன்..."

"டா... டாக்டர்... வந்து..."

"ப்ளீஸ்... இப்போ... எந்தப் பேச்சும் வேண்டாம். போய்ட்டு நாளைக்கு காலையில வா..."

"மலர் இல்லாமே... எனக்கு வாழ்க்கை இல்லை டாக்டர். பரணிக்கு அவ வாழ்க்கைப் படறதைப் பார்த்துட்டிருக்க என்னால முடியாது..."

மாசிலாமணி வெங்கடேஷின் தோளைத் தட்டினார். "வெங்கடேஷ்! மலர் பரணியைக் கல்யாணம் பண்ணிக்கிற பிண்ணனியில என்ன காரணம் இருக்குன்னு நான் சொல்றேன்... அந்தக் காரணத்தை நீ கேட்டுட்டு... அப்புறமா உன் முடிவைச் சொல்லு..."

"டா... டாக்டர்..."

"வா... வெளியே போகலாம்..." மாசிலாமணி கதவைத் திறந்து கொண்டு வெளிப்பட – வெங்கடேஷ் பின்தொடர்ந்தான்.

மெடிக்கல் மேகஸினைப் புரட்டிக் கொண்டிருந்த பரணி நிமிர்ந்தான். “என்ன டாக்டர்... அதுக்குள்ளே வெங்கடேஷைப் பார்த்துட்டீங்களா...?”

“பார்த்துட்டேன்...! நாளைக்குக் காலையில ஒரு எக்ஸ்ரே எடுக்க வேண்டியிருக்கு. எக்ஸ்ரேயைப் பார்த்துட்டுத்தான் ட்ரீட்மெண்ட் தரணும்...” சொன்ன டாக்டர் வெங்கடேஷை ஏறிட்டார்.

“நீ கிளம்பு வெங்கடேஷ்... நாளைக்குக் காலையில ஏழு மணிக்கு வந்துரு... எக்ஸ்ரே எடுத்துப் பார்த்திடலாம்...”

தலையசைத்து வெங்கடேஷ் பரணியிடம் திரும்பினான்.

“வர்றேன் சார்.”

“உடம்பை நினைச்சு வொர்ரி பண்ணிக்காதீங்க... டாக்டர் மாசிலாமணியோட கைப்பட்டா எல்லாம் சரியாயிடும்.”

“தேங்க்யூ ஸார்...! நான் வர்றேன்.”

வெங்கடேஷ் வெளியே கிளம்பிப் போனதும் சில விநாடிகள் மௌனம் காத்த டாக்டர், பின் பரணியை ஏறிட்டார்.

“சொல்லுங்க பரணி... இவ்வளவு நேரத்துக்குப் பின்னாடி என்னைப் பார்க்க என்ன விஷயமா வந்திருக்கீங்க...?”

“டாக்டர்...! என்னோட உடம்பை நீங்க அடிக்கடி செக் பண்ணியிருக்கீங்கிற முறையில் உங்ககிட்ட ஒரு கேள்வியைக் கேட்கலாமா?”

மாசிலாமணி உஷாரானார்.

“ம்... கேளுங்க..”

“என் உடம்புக்கு உண்மையிலேயே என்ன?”

“ஒண்ணுமில்லையே... யூ... ஆர் நார்மல்.”

“நீங்க நார்மல்னு சொல்றீங்க... ஆனா... என் உடம்பு பழைய மாதிரி இல்லைன்னு எனக்குத் தெரியுது. ரொம்பவும்

டயர்டா ஃபீல் பண்றேன். கொஞ்ச நேரம் வேலைப் பார்த்தாலே... தலை வெயிட்டா இருக்கிற மாதிரி ஒரு ஃபீலிங். காலையில ஜாக்கிங் போனா... மூச்சிரைக்குது... அன்னிக்கு ஒரு நாள் மூக்குல ரத்தம் வந்த மாதிரியே... ஒரு மணி நேரத்துக்கு முந்தி கிளப்பிலிருந்து வீடு திரும்பறப்போ ரத்தம் வந்தது."

"உடனே பயந்துட்டீங்களாக்கும்...?"

"பயப்படாம எப்படி இருக்கிறது டாக்டர்...? நான் மூணு மாசத்துக்கு முந்தி எவ்வளவு ஹெல்த்தியா இருந்தேன்னு எனக்குத்தான் தெரியும். உண்மையைச் சொல்லுங்க டாக்டர்... என் உடம்புக்கு என்ன...?"

மாசிலாமணி அவசர அவசரமாய்த் தன் உதடுக்கு ஒரு புன்னகையைக் கொடுத்தார்.

"பரணி! நீங்க ஃபீல் பண்றது சரிதான் ஆனா... இது பெரிய ப்ராப்ளம் இல்லை. உங்களுடைய அதிகப்படியான களைப்புக்கும், மூக்கில் ரத்தம் வர்றதுக்கும், காரணம் நீங்க சிகாகோவில் இருந்தப்ப உங்களுக்கு வந்த காய்ச்சல்தான், அது ஒரு வகையான வைரஸ் சம்பந்தப்பட்ட விஷயம். இதை சாதாரணமா எடுத்துக்க முடியுமான்னு பயப்படறீங்க...?"

"ஆமா... டாக்டர்..."

"நீங்க பயப்பட வேண்டிய அவசியமே இல்லை பரணி. நான் கொடுத்து இருக்கிற மாத்திரைகளை நீங்க ஒழுங்கா சாப்பிட்டுகிட்டு வாங்க... கல்யாணத்துக்கு முன்னாடியே யூ... வில்... பி... ஆல்ரைட்..."

"டாக்டர்! நீங்க சொல்றதை நம்பலாமா...?"

"பரணி உங்களுக்கே தெரியும்... நான் உங்க குடும்ப டாக்டர் மட்டும் இல்லை. உங்க அப்பாவுக்கு மிகவும் வேண்டிய நண்பர்கள்ல நானும் ஒருத்தன். உங்க ஃபேமிலியில யாருக்காவது ஏதாவது கஷ்டம்ன்னா... அது

என்னையும் பாதிக்கும்... மலரைக் கல்யாணம் பண்ணிகிட்டு நீங்க சந்தோஷமா இருக்கப் போறீங்க..."

பரணியின் முகத்தில் இப்போது லேசாய் ஒரு சந்தோஷப் பூச்சு தெரிந்தது.

எழுந்தான்.

"தேங்க்யூ டாக்டர்...! உங்க பேச்சைக் கேட்டதுக்கப்பறம்தான் மனசுக்குள்ளே ஒரு புது தைரியம் வந்து உட்கார்ந்திருக்கு..."

"இன்னொரு ப்ரிஸ்க்ரிப்ஷனையும் எழுதித் தர்றேன்... அந்த மருந்தையும் ஃபாலோ பண்ணுங்க... டயர்டா ஃபீல் பண்ணமாட்டீங்க... காலையில எவ்வளவு நேரம் ஜாக்கிங் பண்றீங்க...?"

"அரை மணி நேரம்..."

"அவ்வளவு நேரம் வேண்டாம். உடம்பு பழைய ஹெல்த்துக்குத் திரும்புற வரைக்கும் கால்மணி நேரம் போதும்... அப்புறம் ராத்திரியில் ரொம்ப நேரம் கண் விழிக்கக் கூடாது..."

"ஓ.கே... டாக்டர்..."

"பி... கம்ஃபர்டபிள்...! உடம்பு அசௌகரியமா இருக்கும்போது மனசைப் போட்டுக் குழப்பிக்க வேண்டாம்... ஏதாவது அன்-ஈஸியா ஃபீல் பண்ணினா... எனக்கு போன் பண்ணுங்க... நான் உடனே வர்றேன். காய்ச்சல் வந்த உடம்பு. அந்தக் காய்ச்சலின் காரணமா... உங்க ப்ளட் செல்ஸ்ல சின்னதா ஒரு பாதிப்பு. அந்த பாதிக்கப்பட்ட செல்கள் முற்றிலுமா அழிஞ்சி புதிய செல்கள் உண்டாகற வரைக்கும்... நீங்க குறிப்பிட்ட பாதிப்புகள் உங்களைத் தாக்கிட்டும்தான் இருக்கும். இன்னும் ரெண்டு மாச காலத்துல எல்லாம் சரியாயிடும்... இதில் கவலைப்பட ஒண்ணுமே இல்லை..."

"டாக்டர்! என்னோட ஹெல்த்தைப் பத்தி நான் இப்போ கவலைப்படக் காரணம்... எனக்கு நடக்கப் போற கல்யாணம்தான்."

“புரியுது...! உங்களுக்கு ஒண்ணும் இல்லை... எதுக்கும் கவலைப்படாதீங்க... உங்களுக்கு ஏதாவது பிரச்சினைன்னா ஹாஸ்பிடலுக்கு வாங்க.”

பரணி தலையாட்டிவிட்டு – அறையினின்றும் வெளியேறினான்.

பரணி வீடு திரும்பியபோது –

ஹால் சோஃபாக்களில் ஆனந்ததீர்த்தனும், பாகீரதியும் குடும்ப ஜோசியரோடு உட்கார்ந்து பேசிக் கொண்டிருந்தார்கள். பரணியைப் பார்வையில் வாங்கியதும் பாகீரதி உற்சாகக் குரலில் கூப்பிட்டாள்.

“டேய்... பரணி...!”

பக்கத்தில் போனான்.

“என்னம்மா...?”

“இப்படி உட்காரு.”

உட்கார்ந்தான்.

“வர்ற மாசத்துல ரெண்டு முகூர்த்தம் இருக்கிறதா ஜோசியர் சொல்றார். அஞ்சாம் தேதி ஒண்ணு. இருபத்தி மூணாம் தேதி ஒண்ணு. எந்தத் தேதியை வெச்சுக்கலாம்...?”

“நீயும் அப்பாவும் எந்தத் தேதியை முடிவு பண்றீங்களோ... அந்தத் தேதிதான் எனக்கும்...”

“இந்த வீட்டுக்கு சீக்கிரமா மருமக வரணும்ன்னு நான் ஆசைப்படறேன்... அஞ்சாம் தேதியை முடிவு பண்ணியிருக்கேன்...”

பரணி சிரித்தான்.

“ஆஹா...! தாலி கட்ட நான் தயார்... அஞ்சாம் தேதிக்கு முன்னாடி எந்த முகூர்த்தமும் இல்லையாம்மா...?”

“இவனோட அவசரத்தைப் பார்த்தீங்களா?” பாகீரதி சொல்லிவிட்டுச் சிரிக்க – ஆனந்ததீர்த்தன் எரிகிற இதயத்தோடு அவளைப் பார்த்தார்.

‘இந்தச் சிரிப்பு இன்னும் எவ்வளவு நாளைக்கு...?’

18

கா லை ஆறுமணி.

டேப் ரிக்கார்டர் கேஸட் சுப்ரபாதத்தைப் பாடிக் கொண்டிருக்க – மலர் சமையற்கட்டில் உப்புமாவைக் கிண்டும் மும்முரத்தில் இருந்தாள். இஞ்சி, கொத்துமல்லி வெங்காயத்தை கூட்டணி சேர்த்துக் கொண்டு ரவா உப்புமா மணத்துக் கொண்டிருந்தது. மூன்று தங்கைகளில் இரண்டு பேர் டைப்ரைட்டிங் க்ளாஸுக்குப் போயிருக்க – ஒருத்தி பாத்ரூமில் குளித்துக் கொண்டிருந்தாள்.

‘உப்புமா வெந்தது போதுமா?’ என்று கரண்டியில் எடுத்துப் பார்த்து கொண்டிருந்த மலரின் காதுகளுக்கு அந்த சத்தம் கேட்டது.

கார் என்ஜின் சத்தம்

வாசலை எட்டிப் பார்த்தாள்.

மாருதி 1000 நின்றிருக்க – அதிலிருந்து வெளிப்பட்டு வாசற்படி ஏறிக்கொண்டிருந்தான் பரணி.

காஸ் ஸ்டவ்வின் நெருப்பு ஜுவாலையைக் கொஞ்சமாய் எரியும்படி செய்துவிட்டு - இடுப்பில் தூக்கிச் சொருகியிருந்த சேலையைக் கீழே தழையவிட்டபடி வெளியே வந்தாள் மலர்.

“வாங்க...”

“என்ன மலர்... உப்புமா வாசனை ஊரையே தூக்குது...”

மலர் சிரித்துக்கொண்டே – சுவரோரமாய் மடக்கி வைத்திருந்த பெயிண்ட் உதிர்ந்துபோன ஸ்டீல் சேரை விரித்துப் போட்டாள்.

"உட்காருங்க..."

"என்ன... வீட்ல யாரையும் காணோம்...?"

"ரெண்டு பேர் டைப்ரைட்டிங் க்ளாஸுக்குப் போயிருக்காங்க... ஒருத்தி குளிச்சிட்டு இருக்கா..."

பரணி சில விநாடிகள் மௌனம் காத்துவிட்டு மெல்லிய குரலில் கூப்பிட்டான்.

"மலர்..."

"ம்..."

"நான் ஒண்ணு கேட்டா நீ தப்பா நினைச்சுக்க மாட்டியே....?"

"என்ன...?"

"இந்தக் கல்யாணத்தில் உனக்கு இஷ்டம்தானே?"

"ஏன் அப்படிக் கேட்கறீங்க...?"

"நம்ப கல்யாணத்தைப்பத்தி பேசும்போது உன் முகத்துல ஒரு சந்தோஷக் களையே இல்லையே... அது ஏன்...?"

மலர் புன்னகைத்தாள். "சந்தோஷம் எப்பவும் என் மனசுக்குள்ளதான் இருக்கும். எனக்கு வெளிக்காட்டிக்க தெரியாது..."

"பார்த்தா தெரியல்லையே...?"

"நான் சந்தோஷமாத்தான் இருக்கேன்... என்னைப் பார்த்தா எப்படி தெரியுது... உங்களுக்கு?"

"இஷ்டம் இல்லாத மாதிரி.."

"நீங்க பார்க்கிற கோணம் வேற நினைக்கிறேன்...! உங்க வீட்டுக்கு நான் மருமகளா வரப்போற பிரமிப்பே மனசுக்குள்ளே இன்னும் அசையாமே உட்கார்ந்திருக்கு.... அந்த பிரமிப்பு சந்தோஷத்தைக் கட்டுப்படுத்தி வெச்சிருக்கு. அவ்வளவுதான்..."

“மலர்! உனக்கு மத்தவங்ககிட்ட சொல்லமுடியாத ஏதாவது பிரச்சினைகள் இருந்தா அதை என்கிட்டே மனம்விட்டுச் சொல்லலாம்... உனக்கு இந்தக் கல்யாணத்தில் சம்மதம்ன்னு தெரிஞ்ச பின்னாடிதான் நான் தலையாட்டினேன். இந்த கல்யாணத்தில் உனக்கு இஷ்டம் இல்லைன்னா இப்பக்கூட நீ சொல்லலாம்.”

“ஏன் இப்படியெல்லாம் பேசறீங்க...? இதுல எனக்கு பரிபூர்ண சம்மதம்தான்... ஒரு பெரிய குடும்பத்துக்கு மருமகளாகற கொடுப்பினை எத்தனை பேருக்குக் கிடைக்கும்?”

“மனசுல இருந்து வர்ற வார்த்தைதானே இது?”

“நிச்சயமா...”

“அப்ப சரி... இது எனக்கு போதும். அப்பறம் இன்னிக்கு சாயந்தரம் நீ நம்ம வீட்டுக்கு வரணும்.”

“எதுக்கு...?”

“அடுத்த வாரத்துல ஏதாவது ஒரு நாள் நிச்சயதார்த்தம் வெச்சிக்கலாம்ன்னு... அப்பாவும் அம்மாவும் அபிப்பிராயப்படறாங்க... அன்னிக்கு நீ கட்டிக்கிறதுக்காக ஒரு சேலையை செலக்ட் பண்ணணும்... சாயந்தரம் அஞ்சு மணிக்கெல்லாம் குமரன் சில்க்ஸிலிருந்து பட்டுப் புடவைகள் நம்ம வீட்டுக்கே வந்துடும்...”

“நான் வந்து செலக்ட் பண்ணலைன்னா என்ன...? நீங்களாப் பார்த்து எதை செலக்ட் பண்ணினாலும் சரிதான்...”

“நோ... நோ... புடவை, நகை இந்த ரெண்டிலேயும் லேடீஸோட சாய்ஸுக்குத்தான் முதலிடம் கொடுக்கணும். நீ சரியா அஞ்சு மணிக்கெல்லாம் நம்ம வீட்டுக்கு வந்துடறே...!

“இல்லை....வந்து......”

“மலர்! நீ எதையும் சொல்ல வேண்டாம்... சரியா நாலே முக்கால் மணிக்கு ட்ரைவர் காரோட இங்கே வருவார். ரெடியா இரு...”

பரணி எழுந்து கொண்டான்.

“வரட்டுமா...?”

“ம்...” அவள் தலையை ஆட்ட, கதவு வரைக்கும் போனவன் நின்று திரும்பிப் பார்த்தான்.

“அப்புறம்... அப்பாவும் அம்மாவும் இதையும் சொல்லச் சொன்னாங்க...”

“என்ன...?”

“இப்ப நீ பார்த்துட்டிருக்கிற வேலையை விடச் சொல்றாங்க...!”

“நானும் அதை யோசிச்சுட்டேன். இந்த வாரம் மட்டும் போய்ட்டு அப்புறம் ரிசைன் பண்ணிடறேன்... இதைப்பத்தி என் கம்பெனி பாஸ்கிட்டேயும் பேசிட்டேன்.”

“அவர் என்ன சொன்னார்?”

“அவர் சொல்ல என்ன இருக்கு...? இது என்னோட முடிவுதானே!”

“குட் டெஸிஸன்...” சொல்லிச் சிரித்த பரணி வாசலில் நின்றிருந்த மாருதிக்குள் நுழைந்தான்.

“டாக்டர்...”

குரல் கேட்டு நிமிர்ந்தார் டாக்டர் மாசிலாமணி. நர்ஸ் நின்றிருந்தாள்.

“என்ன சிஸ்டர்...?”

“உங்களைப் பார்க்க வெங்கடேஷ்ன்னு ஒருத்தர் வந்து வெயிட் பண்ணிட்டிருக்கார்...”

“வரச் சொல்லு...!”

நர்ஸின் தலைமறைந்த அடுத்த நிமிஷம் வெங்கடேஷ் தள்ளுக் கதவைத் திறந்துகொண்டு உள்ளே வந்தான்.

“குட்மார்னிங் டாக்டர்...”

“வா... வெங்கடேஷ்... வெரி வெரி குட்மார்னிங். சொன்னபடி சரியா ஏழு மணிக்கு வந்துட்டியே...?”

“ராத்திரி முழுக்க எனக்குத் தூக்கமில்லை டாக்டர்.”

“உன்னோட முகத்தைப் பார்த்தாலே தெரியுது. உட்கார்.”

வெங்கடேஷ் சோர்வாய் உட்கார்ந்தான். இரண்டு கண்களும் சிவந்து போய் ரத்தக் கட்டிகளாய்த் தெரிந்தன.

“சொல்லுங்க டாக்டர்...!”

“சொல்றேன்...” மெலிதாய்ப் புன்னகைத்த மாசிலாமணி மேஜையின் மேல் இருந்த பிளாஸ்க்கைத் திறந்து - இரண்டு கண்ணாடி டம்ளர்களில் - காப்பியை ஊற்றி – ஒரு டம்ளரை அவனுக்குப் பக்கமாய் நகர்த்தி வைத்தார்.

“ம்... சாப்பிடு...”

“எனக்கு வேண்டாம் டாக்டர்... எதையும் சாப்பிடற மனநிலையில நான் இல்லை.”

“இதோ பார் வெங்கடேஷ்... உன்னோட உணர்ச்சிகளை என்னால புரிஞ்சுக்க முடியுது... நான் உங்கிட்ட கொஞ்ச நேரம் எடுத்துக்கிட்டு... நிறைய பேசவேண்டியிருக்கு... நான் இப்போ காப்பி சாப்பிடற நேரம். நீயும் ஒரு அரை டம்ளர் சாப்பிடு...”

வெங்கடேஷ் வேண்டா வெறுப்பாய்க் காப்பி டம்ளரை எடுத்து உதட்டுக்குக் கொடுத்தான்.

“வெங்கடேஷ்... இந்த உலகத்துல புரிஞ்சுக்க முடியாத சங்கதிகள் நிறைய இருக்கு. அதுல ஒரு சங்கதி பொண்ணோட மனசு...! அவ அடுத்த நிமிஷம் என்ன நினைக்கப் போறான்னு... அவளோட வாழ்க்கை நடத்தற கணவனுக்கே தெரியாது. அந்த சிறுநீரக தானம் பண்ற விஷயத்துல நீ மலரோட வெறுப்பைச் சம்பாதிச்சுக்கிட்டே... மலர்கிட்ட பேசும்போதுதான் இது தெரிஞ்சது... அது ஒரு பெரிய மைனஸ் பாயிண்ட்...”

“டாக்டர்...! நான்தான் அவகிட்டே மன்னிப்புக் கேட்டுக்கிட்டேனே...”

“அந்த மன்னிப்பு அவளோட மனக் காயத்துக்கு மருந்தா மாறலையே?”

காப்பியைக் குடித்து முடித்து காலியான கண்ணாடி டம்ளரை மேஜைமேல் வைத்த வெங்கடேஷ் டாக்டருக்குப் பதில் சொல்ல நினைத்து தலையை உயர்த்தியபோது-

அவன் உடம்பில் அந்த மாற்றம் தெரிந்தது.

காற்றில் லேசாய்ப் பறப்பது போன்ற உணர்ச்சி. இந்த உணர்ச்சியை அனுபவிக்கும்போதே – கண்களுக்குள் ஒரு 'கொத்து இருட்டு' பாய்ந்தது.

'என்னாயிற்று எனக்கு...?'

யோசிக்க – யோசிக்க – தலை சுழன்றது.

"டா... டாக்டர்..." குழறிக் கொண்டே எழ முயன்ற வெங்கடேஷ் மேஜை மேல் அப்படியே கவிழ்ந்தான்.

மாசிலாமணி புன்னகையோடு எழுந்தார். குடிக்காமல் வைத்திருந்த தன்னுடைய காப்பியையும் ஃப்ளாஸ்க்கில் இருந்த காப்பியையும் வாஷ்பேசினில் கொட்டிவிட்டு – அழைப்பு மணியைத் தட்டினார்.

நர்ஸ் எட்டிப் பார்த்தாள்.

"சிஸ்டர்...! பேஷண்ட் மயக்கமாயிட்டார். ஸ்ட்ரெச்சர்ல கொண்டு போய்ப் பக்கத்து ரூம்ல படுக்க வைக்க ஏற்பாடு பண்ணு."

"எஸ் டாக்டர்..." அவள் ஸ்ட்ரெச்சர் ஏற்பாட்டுக்குப் போக மாசிலாமணி டெலிபோனைத் தொட்டு ரிஸீவரை எடுத்துக் கொண்டார். டயலில் எண்களைச் சுழற்றினார்.

மறுமுனையில் ரிங் போய் ரிஸீவர் எடுக்கப்பட்டது.

"ஹலோ..."

மாசிலாமணி கேட்டார்.

"யார் பேசறது... ராமஜெயமா?"

"ஆமா..."

"என்ன டாக்டர்...?"

“நம்ம திட்டத்தோட அடுத்த கட்டமும் சக்ஸஸ்... நீங்களும், உங்க மனைவி மிஸஸ் மங்களமும் உடனே புறப்பட்டு என்னோட ஹாஸ்பிடலுக்கு வாங்க... மேற்கொண்டு பேசவேண்டியிருக்கு...”

“உடனே வர்றோம்...”

புன்னகையோடு ரிஸீவரை வைத்தார் மாசிலாமணி.

19

ராமஜெயமும் அவருடைய மனைவி மங்களமும் அடுத்த அரைமணி நேரத்துக்குள்ளாக மாசிலாமணியின் ஹாஸ்பிடலுக்கு காலில் வெந்நீர் கொட்டிக்கொண்ட அவசரத்தோட வந்து சேர்ந்து விட்டார்கள்.

அறை வாசலில் காத்திருந்த டாக்டர் மாசிலாமணி அவர்களைப் புன்னகையோடு எதிர்கொண்டார். சுற்றும் முற்றும் பார்வையை ஜாக்ரதையாய்ச் சுழற்றிவிட்டு மெல்லிய குரலில் கிசுகிசுத்தார்.

“எல்லாமே நல்லபடியாய் நடந்துட்டு இருக்குது ராமஜெயம்.”

ராமஜெயமும் அதே கிசுகிசுத்த குரலில் கேட்டார். “அந்த வெங்கடேஷ் எங்கே...?”

“ஐ.ஸி. யூனிட்ல படுக்க வெச்சிருக்கேன்... ஒரு வாரம் கோமா ஸ்டேஜ்லேயே வெச்சிருந்து – அதுக்கப்புறம் மூச்சை நிறுத்திடலாம்...”

உள்ளே போனார்கள்.

கதவை உட்பக்கமாய்த் தாழிட்ட டாக்டர் ராமஜெயத்துக்கும் அவருடைய மனைவிக்கும் இருக்கைகளைக் காட்டிவிட்டு தன் எக்ஸிக்யூடிவ் நாற்காலியில் சாய்ந்தார்.

“திட்டம் தட்டுத்தடங்கல் இல்லாம ஹைவேஸ் ரோட்ல போற பென்ஸ் கார் மாதிரி போயிட்டிருக்கு...”

ராமஜெயம் சிரித்துவிட்டுக் கேட்டார். "ஆனந்ததீர்த்தன் எப்படி இருக்கார்...?"

"நாளொரு வேளையும் பொழுதொருவண்ணமும் உள்ளுக்குள்ளே அழுது அழுது ஓய்ஞ்சு போயிட்டிருக்கார்..."

"பரணியோட ஹெல்த் கண்டிஷனை இப்போ எந்த அளவுக்கு சிதிலம் பண்ணியிருக்கீங்க டாக்டர்...?"

"திடீர்ன்னு மயக்கம் வந்து மூக்குல ரத்தம் கொட்ற அளவுக்கு."

ராமஜெயம் பெருமூச்சு விட்டார். "டாக்டர்! உங்களை நம்பித்தான் மலரையும் கூட்டு சேர்த்துகிட்டு இந்த திட்டத்துல இறங்கியிருக்கோம். திட்டத்தை வெற்றிகரமாக்கித் தரவேண்டியது உங்க வேலை...! நீங்க சொன்னபடி சிகாகோல இல்லாத டாக்டர் ஹாரீஸ் பேர்ல போலி ஸ்கேன் ரிப்போர்ட்ஸ் தயாரிச்சுக் கொடுத்துட்டோம். ஸ்கேன் ரிப்போர்ட்டில் இருக்கிற மாதிரி பரணியோட மூளையோட மெடுல்லா பகுதியில ட்யூமரை உற்பத்தி பண்ண வேண்டியது உங்க பொறுப்பு."

மாசிலாமணி தலையை உயர்த்தி அண்ணாந்து சத்தமில்லாமல் சிரித்துவிட்டு – ராமஜெயத்தை ஏறிட்டார்.

"மிஸ்டர் ராமஜெயம்... உங்களுக்கு அந்தக் கவலையே வேண்டாம்... நம்ம திட்டபடி 'பரணி – மலர்' கல்யாணம் முடியட்டும். கல்யாணமான அடுத்த நாளிலிருந்தே என்னோட ட்யூமர்-காஸ்க்கான ட்ரீட்மெண்டை மலர் மூலமா ஆரம்பமாயிடும். ட்ரீட்மெண்ட் ஆரம்பிச்ச நாளிலிருந்து சரியா நாற்பதாவது நாள் பரணியோட மூளை மெடுல்லா பகுதியில் ட்யூமர் செல்கள் பூக்க ஆரம்பிக்கும். அடுத்த ஆறு மாசத்துக்குள்ளே அது புஷ்டியாக்கி ஏதாவது ஒரு நிமிஷத்தில் வெடிச்சு பரணியோட கதையை முடிக்கும்."

மங்களம் தயக்கமாய்க் குறுக்கிட்டார்.

"டாக்டர்..."

"என்ன?"

"எனக்கு இன்னமும் அந்த சந்தேகம் இருக்கு..."

"எந்த சந்தேகம்...?"

"பரணிக்கு நீங்க தரப்போற 'ட்யூமர் - காஸ்' ட்ரீட்மெண்ட் 100 சதவீதம் அவனோட மூளையில ட்யூமரை உண்டாக்குமா?"

மாசிலாமணி தான் அணிந்திருந்த மூக்குக் கண்ணாடியினைக் கழற்றி மேஜையின் மேல் போட்டுவிட்டு ராமஜெயத்தைப் பார்த்து புன்னகைத்தார்.

"மிஸ்டர் ராமஜெயம்....உங்க மனைவிக்கு ஆரம்பத்தில் இருந்த சந்தேகம் இன்னும் போகவே இல்லை போலிருக்கு..."

ராமஜெயம் சிரித்தார். "சந்தேகம் அவளுக்கு மட்டும் இல்லை டாக்டர். எனக்கும்தான். ட்யூமர் – காஸ் ட்ரீட்மெண்ட் மூலம் ஒருத்தர்க்கு ட்யூமரை உண்டாக்கறது சாத்தியம்தானா... மெடிக்கலி அது ப்ரூவ் பண்ணப்பட்டதா எங்கேயும் நான் படிச்சதில்லை..."

"படிச்சிருக்க முடியாது. அது முழுக்க முழுக்க சித்தா ட்ரீட்மெண்ட். இங்கிலீஷ் மெடிசனுக்கு அங்கே வேலை இல்லை. நமக்கு உதவ வந்திருக்கிற டாக்டர் சித்திக் எனக்கு எல்லா வகையிலும் ஒத்துழைக்கப் போறார்."

"டாக்டர் சித்திக்குன்னு நீங்க சொன்னதும் இப்ப எனக்கு ஞாபகம் வருது. அவர் பங்குக்கு அதிக பணம் கேட்டாராமே...?"

"ஆமா..."

"ஒத்துக்கிட்டீங்களா?"

"அவர் கேட்டதுல பாதித் தொகைக்கு ஒத்துக்கிட்டேன்..."

"எதுக்காக ஒத்துக்கிட்டீங்க...?"

"இதோ பாருங்க ராமஜெயம்...! பரணி மண்டையைப் போட்ட பின்னாடி மலர்க்கு வர்ற சொத்து எக்கச்சக்கம்...

என்னோட கணக்குப்படி நம்ம ஒவ்வொர்த்தருக்கும் தலைக்கு எழுபது லட்சம் கிடைக்கும். டாக்டர் சித்திக் கேட்டது எழுபத்தஞ்சு லட்சம். அவர்க்கு அந்த அமௌண்ட் தரலாம்... ட்யூமர் காஸ் ட்ரீட்மெண்ட்ல அவருக்கு அதிக பங்கு உண்டு...”

“இருந்தாலும்...”

மாசிலாமணி கையமர்த்தினார். “டோன்ட் ஆர்க்யூ மிஸ்டர் ராமஜெயம். இது பிசினஸ் இல்லை. சதித்திட்டம். அதுவும் ரிஸ்க்கி ப்ளான். பரணி செத்துப் போனதும் பணம் நம்ம கைக்கு வந்துடாது. பரணியை இழந்த துக்கம் தாங்காமே ஆனந்ததீர்த்தனும் பாகீரதியும் ஒருத்தர் பின்னாடி ஒருத்தரா சாய்வாங்க. அதுக்கப்புறம் சட்டப்படி சொத்துப் பூராவும் மலர் பேர்க்கு மாறணும். மாறி ஒரு வருஷம் கழிஞ்ச பின்னாடிதான் கொஞ்சம் கொஞ்சமா நம்ம பங்கு பணத்தை வாங்கணும்... இந்த நீண்டகால சதித்திட்டத்துல நாம எல்லாரும் பொறுமையா இருக்க வேண்டியது அவசியம். யாராவது ஒருத்தர் பொறுமை இழந்துட்டாலும் திட்டத்துல குழப்பம் ஏற்படும். பரணி நாம நினைக்கிற மாதிரி இல்லை. படிச்சவன். புத்திசாலி. அவன் எதையும் ஸ்மெல் பண்ணிடக் கூடாது. இந்தத் திட்டத்தை நாம கடைசி வரைக்கும் ஜாக்கிரதையா நகர்த்தணும். பணத்துக்காகத்தான் இந்தத் திட்டமே. கடைசிலே அந்த பணமே நமக்கு பிரச்சனை ஆயிடக் கூடாது...”

மங்களம் தலையாட்டினாள். “யூ... ஆர் கரெக்ட் டாக்டர். இதே பாயிண்ட்டைத்தான் நானும் என் கணவர் கிட்டே சொன்னேன். இந்தத் திட்டத்தில் பங்கு வகிக்கிற அத்தனை பேர்க்கும் இருக்க வேண்டியது பொறுமை. மனசுல ஏதாவது இருந்தா அதை நேரிடையா பேசித் தீர்த்துக்கிறது நல்லது.”

டாக்டர் குறுக்கிட்டார். “அப்புறம் இன்னொரு விஷயம் சொல்ல மறந்துட்டேன்.”

“என்ன டாக்டர்?”

"உங்க வீட்டிலிருந்து அன்னிக்கு சிகாகோவுக்கு போன் பண்ணி டாக்டர் ஹாரீஸ்கிட்டே பேசற மாதிரி நம்ம ஃப்ரண்ட் ஷ்யாம்சுந்தர்கிட்டே பேசினேனே..."

"ஆமா..."

"அவரும் அடுத்தவாரம் மெட்ராஸ் வர்றார்..."

"ஆறு மாசம் கழிச்சுதானே வர்றதா சொல்லியிருந்தார்?"

"திட்டம் எப்படி ஒர்க் அவுட் ஆகுதுன்னு பார்க்க அவர்க்கும் ஆசை வந்திருக்கலாம். புறப்பட்டு வர்றதா லெட்டர் போட்டிருக்கார்."

"வரட்டும்... வரட்டும்."

"டொக்...டொக்..."

கதவு தட்டப்பட்டது.

அறைக்குள் சட்டென்று சில விநாடிகளுக்கு அமைதி நிலவ மாசிலாமணி எழுந்து போய்க் கதவைத் திறந்தார்.

வெளியே-

மலர் நின்றிருந்தாள். உதட்டில் பெரிய புன்னகை.

"ராமஜெயம் ஸார் ஒய்ஃபோட வந்திருக்காரா...? போர்டிகோல காரைப் பார்த்தேன்."

"உள்ளே வா மலர்..."

வந்தாள்.

மாசிலாமணி கதவைத் தாழிட்டார். மலர் ராமஜெயத்துக்குப் பக்கத்தில் இருந்த நாற்காலியில் உட்கார்ந்து கொண்டே கேட்டாள்.

"வெங்கடேஷை என்ன பண்றதுன்னு டிஸ்கஷனா...?"

"ஆமா..."

"டாக்டர் சொன்ன மாதிரி அவனை ஒருவாரம் கோமா ஸ்டேஜ்ல வெச்சிருந்து ஒரு அமிர்தயோக நேரத்துல கதையை முடிச்சுட வேண்டியதுதான்."

"வெங்கடேஷ் இப்படியொரு இடைஞ்சலா மாறுவான்னு நாங்க நினைக்கலை..."

"ராமஜெயம் ஸார்... பரணியை நான் கல்யாணம் பண்ணிக்கணும்ங்கிற பிளானை என்கிட்ட நீங்க சொல்றதுக்கு முந்தி வெங்கடேஷைக் காதலிச்சது பெரிய தப்பு. அவனை அவாய்ட் பண்ண நானும் எப்படி எப்படியோ பேசிப் பார்த்தேன். கிட்னி விவகாரத்தை நுழைச்சேன். அந்த விவகாரத்துல அவன் உணர்ச்சிவசப்பட்டு பேசின வார்த்தைகளைக் கெட்டியா பிடிச்சுக்கிட்டுத் தள்ளிவிடப் பார்த்தேன். முடியலை. அட்டை மாதிரி ஒட்ட வந்தான். பரணி காதுக்கு விஷயம் போறதுக்கு முந்தி அவனோட மூச்சை நிறுத்த வேண்டிய கட்டாயத்துக்கு வந்துட்டோம்... இப்படி சாகறதுக்காகவே காதலிச்சான் போலிருக்கு..."

மங்களம் திரும்பி மலரின் தோளைத் தொட்டாள்.

"மலர்! இப்போ நாம திட்டத்தோட முக்கியமான கட்டத்துக்கு வந்திருக்கோம்... இந்தத் திட்டம் ஜெயிக்கப் போறது இனி உன்னோட கையிலதான் இருக்கு..."

மலர் சிரித்தாள்.

"தியாகி போர்வையில துரோகியோட வேலை பார்க்கணும். அவ்வளவுதானே...? எனக்கு நீங்க எதுவுமே சொல்ல வேண்டியது இல்லை. என்னோட நடிப்பு ஆனந்ததீர்த்தனுக்கு முன்னாடி எப்படி இருந்ததுன்னு டாக்டரைக் கேட்டுப்பாருங்க..."

மாசிலாமணி புன்னகைத்தார்.

"ஆஸ்கார் அவார்டே தரலாம்."

மேஜைமேல் இருந்த டெலிபோன் அடித்தது. மூன்றுதரம் அதை அலறவிட்டு பின் ரிஸீவரை எடுத்தார் மாசிலாமணி.

"ஹலோ..."

"குட்மார்னிங் டாக்டர்.... நான் பரணி...!"

“குட்மார்னிங்... குட்மார்னிங்... என்ன விஷயம் சொல்லுங்க... பரணி?”

“ஒண்ணுமில்லை டாக்டர், கல்யாண இன்விடேஷனை பிரிண்ட் பண்ணப் போறோம். வித் பெஸ்ட் காம்ப்ளிமெண்ட்ஸ் ஃப்ரம் வாக்கியத்துக்குக் கீழே உங்க பேரைப் போடணும்னு அப்பா ஆசைப்பட்டார். வித் யுவர் பர்மிஷன், போட்டுக்கலாமா டாக்டர்...?”

“ப்ளஷர் ஈஸ் மைன், இதுக்கெல்லாம் போய் என்கிட்டே பர்மிஷன் கேட்கணுமா பரணி?”

“தேங்க்யூ டாக்டர்...”

“கல்யாண காரியமெல்லாம் எப்படியிருக்கு?”

“ஸ்பீடா போயிட்டிருக்கு டாக்டர்... அப்பாவும் அம்மாவும் சந்தோஷத்துல சின்னக் குழந்தையாவே மாறிட்டாங்க... அவங்களைப் பார்க்கப் பார்க்க எனக்கும் சந்தோஷமா இருக்கு...”

20

பரணி போனில் பேசியதைக் கேட்டு டாக்டர் மாசிலாமணி சிரித்தார்.

“பரணி...! புள்ளைகளோட கல்யாணம்ன்னாலே பெத்தவங்களுக்கு சந்தோஷம்தான். இந்த சந்தோஷத்தையே அடுத்த வருஷம் அவங்களுக்கு ஒரு பேரனோ, பேத்தியோ தர்றது மூலமா அதிகப்படுத்தலாம்... பை... த... பை இப்ப உங்களுக்கு ஹெல்த் எப்படியிருக்கு...?”

“ஃபைன் டாக்டர்...”

“இப்ப ரத்தம் வர்றதில்லையே...?”

“இல்லை...டாக்டர்.”

“குட்..... நான் ப்ரிஸ்க்ரைப் பண்ணின மெடிசின்ஸை ஒழுங்கா சாப்பிட்டு வாங்க. உங்க ஹெல்த் சம்பந்தப்பட்ட எல்லா ப்ராப்ளமும் சரியாயிடும்... கல்யாணத்துக்கு முன்னாடியே யு... வில்...பி... ஆல்ரைட்...”

“டாக்டர், என்னோட ஹெல்த்தைப் பத்தி நான் என்னிக்குமே கவலைப்பட்டதில்லை. என்னோட கவலையெல்லாம் அப்பாவோட ஹெல்த் பத்தித்தான் இருந்தது. இப்போ அதுவும் ரெக்கவர் ஆயிடுச்சு... சாயந்தரம் ஓய்வா இருந்தா வீட்டுப் பக்கம் வாங்க டாக்டர்... கல்யாணத்துக்குப் பண்ண வேண்டிய ஏற்பாடுகளைப் பத்தி பேசிட்டிருப்போம்.”

“வர்றேன்...”

“ஓ.கே டாக்டர்... சாயந்தரம் உங்களை எதிர்ப் பார்க்கறேன்.” மறுமுனையில் பரணி ரிஸீவரை வைத்துவிட

மாசிலாமணியும் ரிஸீவரை வைத்துவிட்டு மலரை ஏறிட்டுப் புன்னகைத்தார்.

மலர் கேட்டாள் -

"என்ன டாக்டர்... சிரிக்கிறீங்க? போன்ல என் வருங்காலக் கணவர் என்ன சொல்றார்...?"

"கல்யாணப் பத்திரிகையில வித் பெஸ்ட் காம்ப்ளிமெண்ட்ஸ் வாக்கியத்துக்குக் கீழே என் பேரைப் போட்டுக்கலாமான்னு கேட்டான்."

ராமஜெயம் சிரித்துவிட்டு சொன்னார் -

"இதைக் கேட்கறப்ப எனக்கு ஒரு பழமொழி ஞாபகத்துக்கு வருது டாக்டர்..."

"என்ன பழமொழி..?"

"ஆடு, வெட்டறவனைத்தான் நம்புமாம்."

"பெரியவங்க சரியாத்தான் சொல்லியிருக்காங்க." சிரித்த மாசிலாமணியை மலர் ஏறிட்டாள்.

"டாக்டர்! வெங்கடேஷ் வீட்டுக்கு தகவல் குடுத்துட்டீங்களா...?"

"இனிமேதான்.... குடுக்கணும். வெங்கடேஷ்க்கு அப்பா அம்மா மட்டும்தானே?"

"ஆமா..."

"நம்ம திட்டத்தோட மிக முக்கியமான கட்டம் வெங்கடேஷை சத்தமில்லாம தீர்த்துக்கட்டறது. ஒவ்வொரு ஸ்டெப்பையும் நிதானமா எடுத்து வைக்கணும். வெங்கடேஷோட அப்பா அம்மாவைக் கூட்டிட்டு வந்து, திடீர்னு உங்க மகன் ஒரு ஹார்ட் பேஷண்ட்ன்னு சொன்னா நிச்சயமா நம்பமாட்டாங்க..."

மாசிலாமணி புன்னகைத்தார்.

"அந்தக் கவலையை என்கிட்டே விட்டுடு மலர், அவங்களை நம்ப வைக்க நானாச்சு...! வெங்கடேஷுக்கு

ஹார்ட் அட்டாக் வரவழைச்சு... அவனோட மூச்சை எப்படி நிறுத்துறதுன்னு எனக்குத் தெரியும்..."

ராமஜெயம் எழுந்தார். "சரி! இன்னிக்கு இவ்வளவு பேசினது போதும். நாளைக்கு ராத்திரி பத்து மணிக்கு மேல எல்லாரும் நம்ம வீட்டுக்கு வந்துடுங்க... திட்டத்தோட ப்ராக்ரஸைப் பத்தி அப்ப பேசிக்குவோம்."

குடும்ப ஜோஸ்யர் பஞ்சாங்கத்தைப் புரட்டிப் பார்த்துவிட்டு எதிர் சோஃபாவில் பக்கம் பக்கமாய் உட்கார்ந்திருந்த ஆனந்ததீர்த்தனையும், பாகீரதியையும் ஏறிட்டார். வாயில் இருந்த தாம்பூல எச்சில் தெறித்து விழாதபடிக்கு தலையை ஜாக்ரதையாய் அண்ணாந்து சொன்னார்.

"நாளைகழிச்சு மறுநாள் வெள்ளிக்கிழமை. அன்னிக்கு நாள் அமோகமா இருக்கு... நீங்க பிரியப்பட்டா நிச்சயதார்த்தத்தை அப்பவே வெச்சுக்கலாம்..."

ஆனந்ததீர்த்தன் மனைவியைப் பார்த்தார்.

"நீ என்ன சொல்றே பாகீ...?"

"நாள் நல்லாயிருந்தா... அன்னிக்கே வெச்சுக்கலாம்..."

"அந்தப் பொண்ணையும் ஒரு வார்த்தை கேட்டுக்கலாம்."

"அதுக்கு என்னங்க தெரியும்? நாம பார்த்து எதுசொன்னாலும் அது சரின்னுதான் தலையை ஆட்டும்."

"வெள்ளிக்கிழமையே வெச்சுக்கலாம்ன்னு சொல்றியா?"

"ஆமா..."

போர்டிகோவில் காரின் இரைச்சல் கேட்டது.

"பரணி வந்துட்டான் போலிருக்கு..." இருவரும் திரும்பிப் பார்க்க – பரணி காரின் கதவை சத்தம் வராமல் சாத்திவிட்டு உள்ளே வந்து கொண்டிருந்தான்.

"பரணி! ஒரு நிமிஷம் இப்படி வந்து உட்கார்."

“என்னப்பா...?” கேட்டுக்கொண்டே போய் பாகீரதிக்குப் பக்கத்தில் உட்கார்ந்தான் பரணி.

“வெள்ளிக்கிழமை நாள் நல்லாயிருக்கு. நிச்சயதார்த்தத்தை அன்னிக்கே வெச்சுக்கலாம்ன்னு இருக்கோம். நீ என்ன சொல்றே?”

“வெள்ளிக்கிழமையா?”

“ம்...”

“ஆனா... கம்பெனி விஷயமா இன்னிக்கு நான் ஊட்டிக்குக் கிளம்பனுமே... திரும்பி வர்றதுக்கு ரெண்டு மூணு நாள் ஆகும்...”

“ஊட்டிக்கா...? எதுக்கு...?”

“நம்ம எஸ்டேட்ல ஏதோ லேபர்ஸ் பிரச்னை, மானேஜர் போன் பண்ணியிருந்தார்...”

ஆனந்ததீர்த்தன் குறுக்கிட்டார். “எதுவாயிருந்தாலும் போன்ல பேசி முடிவு பண்ணிட வேண்டியதுதானே... அதுக்காக ஊட்டி போகணுமா, என்ன...?”

“போன்ல பேசி தீர்க்க முடியாத அளவுக்கு பிரச்சனை பெரிசாகியிருக்கிறதா மானேஜர் சொன்னார். சீஃப் லேபர் ஆபீஸரும் ஸ்பாட்டுக்கு வர்றாராம்...”

“சரி போய்ட்டு அடுத்த ரெண்டு நாளைக்குள்ளே வந்துடலாம் இல்லையா...?”

“அங்கே நிலவரம் எப்படியிருக்கும்னு தெரியலையேப்பா. பேச்சுவார்த்தை சுமுகமா முடிஞ்சு பிரச்னை சால்வாயிட்டா நான் உடனே கோயமுத்தூர் திரும்பி ஃப்ளைட்டை பிடிச்சுடுவேன்...”

“அதெல்லாம் எனக்குத் தெரியாது... ஊட்டிக்கு இப்போ புறப்பட்டுப் போய் வெள்ளிக்கிழமை காலை பத்து மணிக்குள்ளே திரும்பி வந்துடணும்... இந்த கண்டிஷனுக்கு நீ ஒத்துக்கிட்டா கிளம்பு. இல்லைன்னா ஃபேக்டரி மானேஜரை ஊட்டிக்கு அனுப்பி பிரச்னையைப் பார்க்கச் சொல்லு.”

சில வினாடிகள் யோசித்த பரணி "இல்லேப்பா... அது வொர்க் அவுட் ஆகாது... நானே போயிட்டு வந்துடறேன்." என்றான்.

"அப்படீன்னா வெள்ளிக்கிழமை காலையில பத்து மணிக்கெல்லாம் நீ இங்கே இருந்தாகணும்."

"சரி..."

"ஊட்டிக்கு உன் கூட யார் வர்றாங்க...?"

"நம்ம கம்பெனி பி.ஆர்.ஓ... மட்டும்தான்" சொல்லிக் கொண்டே எழுந்த பரணியிடம் நிமிர்ந்தாள் பாகீரதி.

"ஊட்டியில குளிர் அதிகமா இருக்கும். உல்லன் சால்வையையும் ஸ்வெட்டரையும் மறக்காம எடுத்து வெச்சுக்கோ... பனியில் நனையாதே உன் உடம்புக்கு ஒத்துக்காது..."

பரணி தலையாட்டிவிட்டு மாடிப் படிகளை நோக்கிப் போனான்.

வெங்கடேஷின் அப்பா நாராயணன் ஆச்சர்யம் ஒட்டிக் கொண்ட குரலில் சொன்னார். பக்கத்தில் அவர் மனைவி காந்திமதி. எதிரில் டாக்டர் மாசிலாமணி.

"டாக்டர் நீங்க சொல்றது ஆச்சரியமாயிருக்கு. வெங்கடேஷ் உடம்புக்கு நேத்து வரைக்கும் எதுவுமே வந்தது கிடையாது. காய்ச்சல்ன்னு ஒரு நாள்கூடப் படுத்தது கிடையாது. அவனுக்கு ஹார்ட் வீக்ன்னு நீங்க சொல்றதை நம்பவே எங்களுக்கு கஷ்டமாயிருக்கு..."

மாசிலாமணி ஒரு ரெடிமேட் புன்னகையைக் காட்டினார். "ஒருத்தர் ஆரோக்கியமா இருக்காரா இல்லையாங்கிற விஷயம் அவரோட உடம்புக்கு ஏதாவது ஒண்ணு வந்த பின்னாடிதான் தெரியும். எனக்கு தெரிஞ்ச டாக்டர் ஒருத்தர் பேரு பத்மநாபன். நாப்பது வயசு. மனுஷன் தலைவலி காய்ச்சல்ன்னு ஒருநாள் கூட சாஞ்சது கிடையாது. போன மூணுமாசத்துக்கு முன்னாடி ஒரு கல்யாணத்தை அட்டெண்ட்

பண்ண கார்ல போய்ட்டிருந்தவர்க்கு திடீர்னு நெஞ்சுவலி. ஃபர்ஸ்ட் ஹார்ட் அட்டாக். ரெண்டே நிமிஷம்தான். போயிட்டார். ஸோ ஹார்ட் ப்ராப்ளம் யாருக்கும் வரலாம். எப்ப வேணாலும் வரலாம். ஹார்ட்ங்கிறது ஒரு மெஷின் மாதிரிதானே... எந்த நேரத்துல மக்கர் பண்ணும்ன்னு யாருக்குத் தெரியும்...?"

வெங்கடேஷின் அம்மா காந்திமதி நீரால் நிரம்பி விட்ட தன் கண்களைத் துடைத்துக் கொண்டாள்.

"டாக்டர்...! அவன் எங்களுக்கு ஒரே பையன். அவனுக்கு எந்த ஆபத்தும் இல்லாமே காப்பாத்திக் குடுங்க டாக்டர்..."

"ட்ரீட்மெண்ட் கொடுத்துட்டிருக்கேன். அடுத்த ரெண்டு நாளைக்குள்ளே கோமா ஸ்டேஜிலிருந்து மீண்டுட்டா எந்தப் பிரச்சனையும் இல்லை. கோமா ஸ்டேஜ் கண்டினியூ ஆகிற பட்சத்தில்தான் அவனோட உயிர்க்கு ரிஸ்க்...! ஆனா வெங்கடேஷோட உயிரைக் காப்பாத்திடலாம்ங்கிற நம்பிக்கை எனக்கு இருக்கு..."

"டாக்டர்...! வெங்கடேஷுக்கு ஏதாவது ஆப்ரேஷன் பண்ண வேண்டியிருக்குமா...?"

"கண்டிப்பா... ஆப்ரேஷன் பண்ண வேண்டியிருக்கும். அது மேஜர் ஆப்ரேஷனாத்தான் இருக்கும்..."

நாராயணன் தயக்கமாய்க் குரலை வெளியிட்டார்.

"டாக்டர்! நீங்க தப்பா நினைக்கலைன்னா ஒரு யோசனை சொல்லலாமா?"

"என்ன...?"

"இன்னிக்கு சிட்டியில இருக்கிற கார்டியாலஜிஸ்ட்ல டாக்டர் ரிதுபர்ணன் நெம்பர் ஒன். அவர்கிட்டே வெங்கடேஷைக் கொண்டு போய்க் காட்டலாமா...?"

"இப்ப இருக்கிற நிலைமையில வெங்கடேஷை எந்த டாக்டர்கிட்டே கொண்டு போனாலும் அவங்க சொல்லக்கூடிய பதில் இதுதான். கோமா ஸ்டேஜிலிருந்து

பேஷண்ட் மீளட்டும். அதுக்கப்புறம்தான் ட்ரீட்மெண்ட் தரமுடியும்... அதுவுமில்லாமே...”

டாக்டர் பேச்சைத் தொடங்கும் முன் மேஜையின் மேலிருந்த டெலிபோன் முணுமுணுத்தது.

ரீஸீவரை எடுத்தார்.

“எஸ்...! மாசிலாமணி ஹியர்.”

“டாக்டர்... நான் ஆனந்ததீர்த்தன்...”

“சொல்லுங்க ஆனந்ததீர்த்தன்... என்ன விஷயம்?”

“வெள்ளிக்கிழமை காலைல பத்து மணிக்கு நிச்சயதார்த்தம். வேற எங்கேயும் என்கேஜ்மெண்ட்ஸ் வெச்சுக்க வேண்டாம். நீங்க கண்டிப்பா வரணும்...”

மாசிலாமணி சிரித்தார்.

“நான் இல்லாமே நிச்சயதார்த்தமா...? கண்டிப்பா வர்றேன்...”

21

வியாழக்கிழமை இரவு பதினோரு மணி.

ராமஜெயம் வீடு.

சாத்தப்பட்ட உள்ளறைக்குள் டாக்டர் மாசிலாமணி சோஃபாவில் பிரதானமாய்ச் சாய்ந்திருக்க – பக்கத்து நாற்காலிகளில் மலர், ராமஜெயம், மங்களம், டாக்டர் சித்திக் அரைவட்டம் போட்டு உட்கார்ந்திருந்தார்கள்.

"ஆனந்ததீர்த்தன் காரியங்களை வேகமாய்ப் பண்ணிட்டிருக்கார். நாளைக்குக் காலையில பத்துமணிக்கு நிச்சயதார்த்தம்."

"ஊட்டிக்கு போயிருக்கிற பரணி நிச்சயதார்த்த ஃபங்க்ஷனுக்கு வந்து சேர்ந்துடுவானா...?"

"சேர்ந்துடுவான்... காலையில எட்டு மணிக்கு கோயமுத்தூர்ல ஃப்ளைட்டை பிடிச்சாக்கூட போதும்... ஒன்பது ஒன்பதரை மணிக்கெல்லாம் மெட்ராஸ் வந்து சேர்ந்துடலாம்..."

மங்களம் மலரின் தோளைத் தட்டி சிரித்தபடி கேட்டாள். "உனக்கு எடுத்திருக்கிற நிச்சயதார்த்தப் பட்டுப் புடவையோட விலை எவ்வளவு தெரியுமா மலர்?"

"தெரியலையே.. அன்னிக்கி பரணி புடவை, நகை செலக்ட் பண்ண வீட்டுக்கு வரச் சொன்னார்... கார் அனுப்பறதா சொன்னார்... ஆனா என்னால போக முடியலே."

"அதனாலன்னே... அவங்களே கிராண்ட்டா முப்பாதயிரம் விலைல... காஞ்சிபுரத்துக்கே ஆள் அனுப்பி எடுத்துட்டு வந்திருக்காங்க. என்னை நிச்சயதார்த்தத்துக்குக் கூப்பிட வந்த பரணியோட அம்மா பாகீரதியே சொன்னாங்க."

“அது மட்டுமா...?” ராமஜெயம் குறுக்கிட்டுச் சொன்னார்.

“நாளைக்கு உனக்குப் போடப் போற நகைகளோட மதிப்பு எவ்வளவு தெரியுமா?”

மலரின் கண்களில் ஆர்வம் மின்னியது.

“எவ்வளவு...?”

“அஞ்சு லட்சம். பதினஞ்சு பவுன் காசுமாலை, ரெண்டு டஜன் வைர வளையல், வைரக்கம்மல், வைரமூக்குத்தி... இப்படி சின்னதா ஒரு பட்டியலே போடலாம்... பரணியோட அம்மாவுக்கு உன் மேல எவ்வளவு பிரியம் தெரியுமா...? பத்துவார்த்தை பேசினா அதுல அஞ்சுவார்த்தை உன்னைப்பத்திதான்... நீ அந்த வீட்டுக்குள்ளே மருமகளா அடி எடுத்து வெச்சதுமே குடும்பப் பொறுப்பு பூராவையும் தூக்கி உன்கிட்ட குடுத்திடப் போறாளாம்.”

மலர் சின்னதாய் தோள்களைக் குலுக்கி பெருமூச்சு ஒன்றை வெளியிட்டாள். “காரியங்கள் சரியா நடந்துட்டு வர்ற மாதிரி மனசுக்குத் தெரிஞ்சாலும் ஏதோ ஒரு பயம் அடிவயத்தைக் கலக்கிட்டே இருக்கு...”

“எதுக்கு பயம்...?”

“விஷயம் வெளியே போயிட்டா...?”

“எப்படிப் போகும்? நமக்கு குறுக்கே நின்னது வெங்கடேஷ் மட்டும்தான். அவனையும் சனிக்கிழமை சாயந்தரம் கோமாவில் இருக்கும்போதே தீர்த்துக் கட்டப் போறோம். எந்தப் பிரச்னை வந்தாலும் மருத்துவ ரீதியா பதில் சொல்றதுக்கு மாசிலாமணியும் சித்திக்கும் இருக்காங்க. வெளியுலகத்துக்கு இப்படியொரு சத்தமில்லாத யுத்தம் நடக்கப்போற விஷயம் தெரிய வாய்ப்பே இல்லை...”

டாக்டர் சித்திக் புன்னகைத்தார். “மலர்க்கு முன்னாடி இருந்த தைரியம் இப்போ இல்லை... விஷயம் வெளியே தெரிஞ்சுடுமோங்கிற பயத்தை மொதல்ல மனசிலிருந்து துடைச்சு எடுக்கணும்...”.

"டாக்டர்... எனக்கு தைரியமெல்லாம் இருக்கு. ஆனா... திட்டப்படி எல்லாம் நடந்து முடியணுமேங்கிற பதைபதைப்பு என்னைப் பிறாண்ட ஆரம்பிச்சிருக்கு..."

"அது தேவையே இல்லை. நாங்க இத்தனைபேரும் உனக்கு பக்கபலமா இருக்கோம். பரணி இறந்து உன் கைக்கு சொத்து பூராவும் வர்ற நிமிஷம் வரைக்கும் எல்லாமே சூரியன் உதிச்சு மறையற மாதிரி துல்லியமா நடக்கும்... நீ மனசைப் போட்டுக் குழப்பிக்காமே... உனக்குக் கொடுத்த காரியங்களை மட்டும் பார்த்தாப் போதும்..."

"டாக்டர்! எனக்கு நீங்க கொடுத்திருக்கிற முக்கியமான பொறுப்பு கல்யாணத்துக்குப் பின்னாடிதான் ஆரம்பாகுது... அதை நிறைவேத்தறதுல எனக்கு எந்தவிதமான கஷ்டமும் இருக்கப் போறதில்லை. ஆனா...?"

"என்ன ஆனா...?"

"பரணியோட உயிர் பிரியறதுக்கு முந்திவரைக்கும் அவர்க்கு நம்ப திட்டம் பத்தின உண்மைகள் தெரியாதபடி பார்த்துக்கணும்."

"எக்காரணத்தை முன்னிட்டும் அது தெரியப் போறது இல்லை... மூணுதலைகளும் சாய்ஞ்ச பின்னாடி சொந்தக்காரங்கனு யாருமே இல்லாத அந்தக் குடும்பத்தோட கோடிக்கணக்கான சொத்து உன் பேர்க்கு வரப் போறதும்... அதுல நாம எல்லாரும் கை வெக்கப் போறதும் சர்வ நிச்சயம்..."

டாக்டர் மாசிலாமணி அழுத்தமான குரலில் சொல்ல, கேட்டுக் கொண்டிருந்த மற்றவர்களின் முகங்களில் சந்தோஷம் ஒரு ஃப்ளோரஸண்ட் வெளிச்சம் மாதிரி பரவியது.

மறுநாள் வெள்ளிக்கிழமை காலை ஒன்பது மணி.

ஆனந்ததீர்த்தனின் பங்களா கொஞ்சம் கொஞ்சமாய் நிச்சயதார்த்த விழாவுக்குரிய களை கட்டியிருந்தது. ஒரு ஹாலில் போடப்பட்டிருந்த பிரின்ஸ் நாற்காலியில்

மலர் உட்கார்ந்திருந்தாள். தங்க ஜரிகை வேய்ந்த பட்டுப் புடவையில் தகதகத்தாள். காசுமாலை கழுத்தில் டாலடிக்க, மூக்கிலும், காதுகளிலும் வைரத் துணுக்குகள் அவ்வப்போது ஃப்ளாஷ் அடித்துக் கொண்டிருந்தன.

ஹால் சுவரோரமாய் போடப்பட்டிருந்த வயர் பின்னிய நாற்காலிகளில் உறவினர்களும் நண்பர்களுமாய் ஒரு ஐம்பது பேர் உட்கார்ந்திருந்தார்கள். மாசிலாமணியும் ராமஜெயமும் ஏதோ அந்நியர்கள் போல் தள்ளித் தள்ளி உட்கார்ந்திருக்க – மங்களம், பாகீரதிக்கு நிச்சயதார்த்தக் காரியங்களில் உதவுவது போல் நடித்துக் கொண்டிருந்தாள். மலரைப் பார்க்க நேரும்போதெல்லாம் நமட்டுப் புன்னகை பூத்தாள். டேப் ரிக்கார்டரில் நாதஸ்வரம் கசிந்து கொண்டிருந்தது.

வருகிறவர்களை வரவேற்பதற்காக - ஹால் கதவருகே நின்றிருந்த ஆனந்ததீர்த்தனை நோக்கிப் போனார் ராமஜெயம்... கேட்டார்.

“பரணியை எங்கே காணோம்...?”

“ஃப்ளைட்ல இந்நேரம் வந்துட்டிருப்பான்...”

“போன் பண்ணாரா...?”

“ஆமா... ஊட்டியிலிருந்து புறப்பட்டு காலையில எட்டு மணிக்கெல்லாம் கோயம்புத்தூர் ஏர்போர்ட் வந்துட்டான். அங்கிருந்து போன் பண்ணினான். எட்டரை மணிக்கு ஃப்ளைட். ஒன்பதரை மணிக்கெல்லாம் வந்து சேர்ந்துடுவேன்னு சொன்னான்.”

“அப்படீன்னா... பத்து மணிக்கெல்லாம் இங்கே வந்துடுவார் இல்லை.”

“ஷ்ஷ்யூர்.... ஷ்யூர்... அவன் வந்ததுமே ஃபங்க்ஷன் ஆரம்பம்.”

“ஃபங்க்ஷனை சாயந்தரம் வெச்சிருக்கலாமே... இவ்வளவு இக்கட்டுல ஏன் வெக்கணும்...?”

"நல்ல நேரம் ஒன்பதரை டு பத்தரைதானே...! மத்தியானத்துக்கு மேல திதி மாறுதுன்னு ஜோஸியர் சொன்னார்." பேசிக்கொண்டிருக்கும் போதே தெரிந்த நண்பர் ஒருவர் வரவும் ஆனந்ததீர்த்தன் அவரை வரவேற்று உள்ளே கூட்டிப் போனார்.

"ஒய்ஃப்பைக் கூட்டிக்கிட்டு வரலையா?"

"ஊரிலிருந்து பொண்ணும் பேத்தியும் வந்திருக்காங்க, வீட்டை விட்டுக் கிளம்ப முடியுமா என்ன?"

"கல்யாணத்துக்கும் இதே காரணத்தைச் சொல்லிடாதே! நீ தனியா வந்தா மண்டபத்துக்குள்ள அட்மிஷன் கிடையாது..." சிரித்துச் சொல்லிக் கொண்டே காலியாய் இருந்த நாற்காலியில் நண்பரை உட்கார வைத்து விட்டு மறுபடியும் வாசலுக்குத் திரும்ப எத்தனித்த வினாடி, வீட்டு வேலையாள் எதிரில் வந்து நின்றான்.

"அய்யா... உங்களுக்குப் போன்... பரணி அய்யா லைன்ல இருக்கார்..."

ஆனந்ததீர்த்தன் லேசாய் திகைப்புக்குள் விழுந்தார்.

"லைன்ல இருக்கானா...?"

"ஆமாங்கய்யா..."

பக்கத்து அறையில் இருந்த டெலிபோனை நோக்கிப் போனார். ரிஸீவர் டீபாயின் மேல் மல்லாந்து தெரிய எடுத்து காதுக்குக் கொடுத்தார்.

"ஹலோ..."

"அப்பா! நான் பரணி..."

"என்னடா இது... எட்டு மணிக்கு போன் பண்ணி எட்டரை மணி ஃப்ளைட்ல கிளம்பப் போறதா சொன்னே... இப்போ மணி ஒன்பது பத்து. ஃப்ளைட் லேட்டா...?"

"ஆமாம்ப்பா... ஏதோ வெடிகுண்டு புரளி. பாம் ஸ்க்வாட் வந்து செக் பண்ணிட்டு இருக்காங்க... ஃப்ளைட் கிளம்ப எப்படியும் பத்து மணி ஆயிடும் போலிருக்கு..."

“சரியாப் போச்சு...! நீ வராமே ஃபங்க்ஷனை எப்படி நடத்துறது?”

“நோ பிராப்ளம்... நான் இல்லைன்னா என்னப்பா...? பெரியவங்க நீங்க பார்த்து நடத்தினா சரி.”

“இப்படியெல்லாம் ஆகும்ன்னு நினைச்சுத்தான் உன்னை ஊட்டிக்குப் போகவேண்டாம்ன்னு படிச்சு படிச்சுச் சொன்னேன். வீட்ல நடக்கற முதல் நல்ல காரியம். நீ இருக்க வேண்டாமா...?”

பரணி மறுமுனையில் சிரித்தான்.

“நோ... செண்டிமென்ட்ஸ்...! ஃபங்க்ஷனை கண்டக்ட் பண்ணுங்க... நான் சீக்கிரம் வந்து கலந்துக்கிறேன்...”

“வா... வந்து... உங்கம்மாகிட்ட நல்லா வாங்கிக் கட்டிக்கோ...”

“நிலைமையை அம்மாவுக்கு எடுத்துச் சொல்லுங்கப்பா... நான் எப்படியும் பதினோரு மணிக்குள்ளே வந்து சேர்ந்துடறேன்...”

பரணி ரிஸீவரை வைத்துவிட – ஆனந்ததீர்த்தனும் ரிஸீவரை அதனிடத்தில் அமர்த்திவிட்டு – பாகீரதியைப் பார்க்க கிளம்பினார்.

டெலிபோன் கூப்பிட்டது.

ஆனந்ததீர்த்தன் நின்றார்.

‘இப்போது யார்?’

ரிஸீவரை எடுத்தார்.

“ஹலோ...”

மறுமுனையில் ஒரு பெண்ணின் குரல் கேட்டது.

“மிஸ்டர் பரணி ப்ளீஸ்...”

“நீ யாரம்மா...?”

“என் பேர் மிருணாளினி... ஊட்டியிலிருந்து பேசிட்டிருக்கேன்...”

“பரணி இன்னும் மெட்ராஸ் வந்து சேரலை. கோயமுத்தூர் ஏர்போர்ட்டிலேயே ஹெல்ட் அப் ஆயிட்டான். பை... த... பை... பரணியை உனக்கு எப்படித் தெரியும்...? நான் அவனோட ஃபாதர்...”

“ஓ...... வணக்கம் அங்கிள், பரணியும் நானும் காலேஜ்மேட்ஸ். நேத்திக்கு ஏதேச்சையா நிச்சயதார்த்தம்னு சொன்னார். வாழ்த்துகளைச் சொல்லத்தான் போன் பண்ணினேன்...”

“பரணி வந்ததும் நீ போன் பண்ணதா சொல்லிடறேம்மா...”

“அங்கிள்... ஒரு நிமிஷம்! ரிஸீவரை வைச்சுடாதீங்க.. என்னோட அப்பா உங்ககிட்டே பேசணுமாம்...”

22

‘பத்து நிமிஷமாய் இவரை எங்கே காணோம்...!’ பாகீரதி தன் கணவரைத் தேடினாள். ஹாலில் அவர் தட்டுப்படாமல் போகவே – டாக்டர் மாசிலாமணியை நோக்கிப் போனாள்.

“அவரைப் பார்த்தீங்களா டாக்டர்?”

“போன் வந்திருக்குன்னு யாரோ வந்து சொன்னாங்க... உள்ளே போனாரே...!”

“அவருக்குப் போன் பேச நேரம் காலமே கிடையாது” முனகிக் கொண்டே போன் இருந்த அறையை நோக்கி வேக வேகமாய்ப் போனாள்.

அறைக்குள் நுழையும்போது ஆனந்ததீர்த்தன் ரிஸீவரை கீழே வைத்துக் கொண்டிருந்தார். பொரிந்தாள். “என்னங்க... நிச்சயதார்த்த ஃபங்ஷனுக்கு முக்கியமானவங்க வந்துட்டிருக்காங்க. நீங்க இந்த ரூமுக்குள்ளே நுழைஞ்சுட்டு போன் பேசிட்டிருந்தா எப்படி...? போன்ல யாரு...?”

“பரணியோட காலேஜ்மேட்டாம்... ஊட்டியிலிருந்து போன் பண்ணினா ஒரு பொண்ணு...”

“எதுக்கு?”

“நிச்சயதார்த்த ஃபங்க்ஷனுக்கு விஷ் பண்ணத்தான். அந்தப் பொண்ணோட அப்பாவும் பேசினார்...”

“பரணிகிட்டேயிருந்து மறுபடியும் போன் வந்ததா?”

“...ம் போன் பண்ணினான். ஃப்ளைட் இன்னும் புறப்படவே இல்லையாம், ஏதோ வெடிகுண்டு புரளியாம். பத்து மணிக்கு மேலத்தான் ஃப்ளைட் கிளம்புமாம்...”

"என்ன சொல்றீங்க? அவன் இன்னும் கிளம்பவே இல்லையா....?"

பாகீரதி தலையில் கை வைத்துக் கொண்டு அங்கிருந்த நாற்காலியில் உட்கார்ந்தாள்.

ஆனந்ததீர்த்தன் அவளுடைய தோளைத் தொட்டார்.

"இப்படி உட்கார்ந்துட்டா எப்படி...?"

"இது மாதிரியெல்லாம் ஏதாவது நடக்கும்னு எனக்குத் தெரியும். அதான் வெளியூர் பயணமெல்லாம் இப்ப வேண்டாம் வேண்டாம்னு தலைத்தலையா அடிச்சுக்கிட்டேன். அவன் கேட்கலை..."

"சரி... சரி... புலம்பாதே... இது பொண்ணு சம்பந்தப்பட்ட ஃபங்ஷன்... பரணி இல்லேன்னா... என்ன...? ஃபங்ஷனை நடத்திட்டிருப்போம்... அவன் வர்றப்ப வரட்டும்..."

"நம்ம வீட்ல நடக்கிற முதல் நல்ல காரியம் இது... பரணி இப்படிப் பண்ணிட்டானே...? அவன் வரட்டும்...!" பாகீரதி பொறுமிக் கொண்டிருக்கும்போதே மறுபடியும் டெலிபோன் அலறியது.

ஆனந்ததீர்த்தன் நகர்ந்து போனை எடுக்க முயல பாகீரதி அவர் கையைப் பற்றினாள்.

"நீங்க அதைத் தொடாதீங்க... கம்பெனியிலிருந்து யாராவது போன் பண்ணி எதையாவது கேட்டுகிட்டு இருப்பாங்க... நான் பேசிக்கிறேன்..."

ரிஸீவரை எடுத்தாள்.

"ஹலோ..."

"இது ஆனந்ததீர்த்தன் வீடுதானே...?"

"ஆமா..."

"அங்கே ராமஜெயம் இருக்காரா...?"

"இருக்கார்... நீங்க யாரு....?"

"நான் அவர் வீட்டுக்குப் பக்கத்து வீட்ல இருக்கேன். அவர்கிட்ட கொஞ்சம் பேசணும்."

"அப்படியா... இதோ கூப்பிட்டு விடறேன்..." ரிஸீவரை டீபாயின் மேல் ஒருக்களித்துப் படுக்க வைத்தாள்.

"போன்ல யாரு பாகீ...?"

"ராமஜெயத்தோட பக்கத்து வீட்டுக்காரராம். ஏதோ பேசணுமாம்..."

"சரி... நீ போய் டிஃபன் பிரிப்ரேஷனெல்லாம் எப்படியிருக்குன்னு கவனி... நான் போய் ராமஜெயத்தைக் கூப்பிட்டு விடறேன்."

இருவரும் அறையை விட்டு வெளியே வந்தார்கள். மாசிலாமணிக்குப் பக்கத்தில் உட்கார்ந்து ஏதோ சிரித்துப் பேசிக் கொண்டிருந்த ராமஜெயத்தை ஆனந்ததீர்த்தன் நெருங்கினார்.

"உங்களுக்கு போன்..."

ராமஜெயம் கண்களில் வியந்தார்.

"எனக்கா...?"

"ஆமா..."

"யாரு...? நான் இங்கே வந்திருக்கிற விஷயம் யாருக்கும் தெரியாதே...?"

"போன்ல பேசினவர் உங்களுக்குப் பக்கத்து வீட்டுக்காரர்ன்னு சொன்னார். ஏதோ பேசணுமாம்..." ஆனந்ததீர்த்தன் சொல்லிவிட்டு யாரையோ வரவேற்பதற்காக வாசலை நோக்கிப் போய்விட ராமஜெயம் பக்கத்தில் உட்கார்ந்திருந்த டாக்டரைப் பார்த்தார்.

"என் பக்கத்து வீட்டுக்காரருக்கு நான் இங்கே வந்தது எப்படித் தெரியும்...?"

மாசிலாமணி புன்னகைத்தார்.

"உங்களுக்கு போன் பண்ணியிருக்கிறது பக்கத்து வீட்டுக்காரர் இல்லை ராமஜெயம்..."

"பின்னே...?"

"நம்ம வெளிநாட்டு நண்பர் ஷ்யாம்சுந்தரா இருக்கலாம். இன்னிக்குத்தானே அவர் மெட்ராஸ்க்கு வரப்போறதா மெசேஜ் கொடுத்திருந்தார்."

"அட... ஆமா... அதை நான் மறந்தே போயிட்டேன்... இட் மஸ்ட் பி ஷ்யாம்சுந்தர். ஆனா இப்ப எதுக்கு கூப்பிடறாருன்னு தெரியலையே... இருங்க.... நான் போய் பேசிட்டு வந்துடறேன்..."

ராமஜெயம் எழுந்து டெலிபோனை நோக்கிப் போனார்.

அறைக்குள் நுழைந்து டீபாயின் மேல் ஒருக்களித்துப் படுத்திருந்த ரிஸீவரை எடுத்தார் ராமஜெயம்.

"ஹலோ..."

"மிஸ்டர் ராமஜெயம்...?"

"ஸ்பீக்கிங்..."

"ஸார்... நான் உங்க வீட்டுக்குப் பக்கத்துல இருக்கிற ஆடிட்டர் பூசக்கண்ணன்..."

ராமஜெயத்தை ஏமாற்றம் தடவியது. இது ஷ்யாம்சுந்தர் இல்லை. நிஜமாகவே பக்கத்து வீட்டு ஆடிட்டர் பூசக்கண்ணன் தான்.

"சொல்லுங்க ஆடிட்டர் சார்... என்ன விஷயம்...?"

"நீங்க உடனே உங்க வீட்டுக்குப் புறப்பட்டு வரணும்."

"எதுக்கு?"

"நீங்க உங்க வீட்டுக் கதவைப் பூட்டிட்டுதானே போனீங்க?"

"ஆமா..."

"வீட்டுக்குள்ளே யாராவது இருக்காங்களா?"

"இல்லையே...?"

"பின்னே வீட்டுக்குள்ளே யாரோ நடமாடற மாதிரி இருக்குன்னு என் வீட்டு வேலைக்காரன் சொல்றானே..."

ராமஜெயம் திடுக்கிட்டார்.

"என்னது... வீட்டுக்குள்ள ஆள்நடமாட்டம் இருக்கா?"

"ஆமாம்னு வேலைக்காரன் சொல்றான்... நீங்க உடனே வந்து வீட்டைத் திறந்து பார்த்துட்டீங்கன்னா பரவாயில்லை..."

"இதோ வர்றேன்..."

ரிஸீவரை வைத்த ராமஜெயத்தின் முகத்தில் குழப்பம் பெரிதாய் ஒட்டியிருந்தது.

'பூட்டியிருக்கிற வீட்டுக்குள் நடமாட்டமா?'

யோசித்துக்கொண்டே வெளியே வர – அவர் மனைவி மங்களம் எதிர்பட்டாள்.

"போன்ல யாருங்க?"

"பக்கத்து வீட்டுக்காரர்..."

"என்னவாம்?"

"வீட்டைப் பூட்டினது நீதானே...?"

"ஆமா..."

"வீட்டுக்குள்ளே யாரோ நடமாடறாங்களாம்... பக்கத்து வீட்டு வேலைக்காரன் பார்த்துச் சொல்லியிருக்கான்..."

"என்ன சொல்றீங்க...?"

"நீ இங்கேயே இரு... மங்களம்... நான் போய்ப் பார்த்துட்டு வர்றேன்..."

"இருங்க... நானும் வர்றேன்..."

"வேண்டாம்... நான் மட்டும் போய்ப் பார்த்துட்டு உடனே வந்துடறேன்."

"திருடன் எவனாவது பூந்திருப்பானோ...?"

"பூட்டைத் திறக்கும்போது – பக்கத்துவீட்டு ஆடிட்டரையும் துணைக்கு வெச்சுக்கங்க..."

ராமஜெயம் டாக்டரிடமும், ஆனந்ததீர்த்தனிடமும் விஷயத்தைச் சொல்லிவிட்டுக் காரில் கிளம்பினார்.

‘இந்தப் பட்டப் பகலில் வீட்டுக்குள் நுழைய யார்க்கு தைரியம் வரும்...’

‘போட்ட திட்டத்தில் எங்கேயாவது சறுக்கிவிட்டோமா?’

‘திட்டத்தில் சறுக்கலான இடங்களே இல்லையே?’

மனசுக்குள் யோசனைகள் அலைந்து கொண்டிருக்கும் போதே கார் வீட்டைத் தொட்டது. பக்கத்து பங்களா காம்பௌண்ட் கேட் அருகே ஆடிட்டர் பூசக்கண்ணன் மனைவியோடு நின்றிருந்தார். ராமஜெயத்தின் காரைப் பார்த்ததும் வேக வேகமாய்ப் பக்கத்தில் வந்தார்.

“மனசு கேட்கலை... அதான் போன் பண்ணினேன்... நாளைக்கு ஏதாவது ஒண்ணு நடந்துட்டா – உங்க முன்னால நின்னு கையைப் பிசையக் கூடாது பாருங்க.... நல்லவேளை நீங்க போகும்போது எங்கே போறேன்னு சொல்லிட்டு போனீங்க... அதனால யெல்லோ பேஜ்ஸ் பார்த்து உங்களை கூப்பிடறது ஈசியா போச்சு.”

“நான் சொன்னேனா..?”

“சொன்னீங்களே... ஞாபகம் இல்லையா?”

மனதுக்குள் குழப்பமும் திகிலும் ஒருசேர மண்டியிருந்தாலும், அதை வெளிக் காட்டிக் கொள்ளாமல் ராமஜெயம் புன்னகைத்தார்.

“நீங்க போன் பண்ணி தகவல் சொன்னதுல தப்பே இல்லை... சந்தேகம்ன்னு வந்துட்டா அதைப் பார்த்துடறதுதான் நல்லது...”

“வாங்க போய்ப் பார்க்கலாம்.”

ராமஜெயம் தன் கோட் பாக்கெட்டில் இருந்த சாவிக் கொத்தை எடுத்துக்கொண்டு போர்டிகோ படிகள் ஏறி வாசல் கதவை நோக்கிப் போனார்.

இருதயத்துக்குள் பயம் குறுமுயலாய் ஓடியது.

23

ராமஜெயம் வாசல் கதவில் தொங்கிக் கொண்டிருந்த பூட்டை நெருங்கிய விநாடி-

காம்பௌண்ட் கேட்டுக்குள் அந்தக் கார் நுழைந்து இரைச்சலாய் போர்டிகோவில் வந்து நின்றது.

சத்தம் கேட்டு திரும்பிப் பார்த்தார் ராமஜெயம். காரிலிருந்து இரண்டு பேர் அபார உயரங்களில் இறங்கினார்கள். சிமெண்ட் நிற சபாரி, ஒட்ட வெட்டப்பட்ட க்ராப் தலையோடு அந்நிய முகங்கள், ராமஜெயம் பூட்டைத் திறக்காமல் அவர்களையே பார்க்க, அவர்கள் ஷூ சத்தங்களோடு போர்டிகோ படிகள் ஏறி பக்கத்தில் வந்தார்கள். இரண்டு பேர்களில் ஒருவர் கேட்டார்.

"மிஸ்டர் ராமஜெயம்...?"

"எஸ்... நீங்க?"

"சொல்றோம்... கதவைத் திறங்க..." மனசுக்குள் அலாரம் அடிக்க அவர்களையே பார்த்தார் ராமஜெயம். 'யார் இவர்கள்?'

"ப்ளீஸ்... மிஸ்டர் ராமஜெயம்... மொதல்ல கதவைத் திறங்க... உள்ளே போய் பேசுவோம்..."

கைகள் நடுங்க பூட்டின் வாய்க்கு சாவியைக் கொடுத்தார் ராமஜெயம்.

நிச்சயதார்த்த சந்தோஷம் ஹால் முழுக்க ததும்பிக் கொண்டிருக்க – டேப்ரிக்கார்டரில் வழிந்த நாதஸ்வரத்தில்

லயித்துக் கிடந்த மாசிலாமணியை ஆனந்ததீர்த்தன் வேகவேகமாய் நெருங்கினார்.

"டாக்டர்... டாக்டர்!!"

மாசிலாமணி கலைந்தார்.

"என்ன ஆனந்ததீர்த்தன்...? என்ன இவ்வளவு டென்ஷனோட வர்றீங்க?"

"ஃபங்க்ஷனுக்கு வந்த ஒருத்தர்க்கு உடம்பு திடீர்னு முடியலை. மாடி ரூம்ல படுக்க வெச்சிருக்கோம். வந்து பார்க்கறீங்களா?"

எழுந்தார்.

"என்ன உடம்புக்கு?"

"தெரியலை... திடீர்னு நிறைய ஸ்வெட்டிங்... லேசா மூச்சு வாங்கறாரு..."

"மே... பி... மாஸிவ் அட்டாக்... வாங்க பார்க்கலாம். எந்த ரூம்...?"

"மாடியில ரெண்டாவது ரூம்..."

போனார்கள்.

வராந்தாவில் நடந்து – சாத்தியிருந்த, இரண்டாவது அறைக் கதவைத் திறந்து கொண்டு முதல் ஆளாய் அறைக்குள் நுழைந்த டாக்டர் மாசிலாமணி திகைத்துப் போனார்.

அறையில் நான்கு பேர்கள் சோஃபாக்களில் வியூகம் போட்ட மாதிரி சாய்ந்திருக்க – எதிரே ஒரு நாற்காலி காலியாய்ப் போடப்பட்டிருந்தது.

"வாங்க... டாக்டர்...! பீ... ஸீட்டட்..."

"யா... யார்க்கு... உ.... உடம்பு சரியில்லை? மிஸ்டர் ஆனந்ததீர்த்தன் வந்து சொ... சொன்னாரே...!" அவர் திணறலாய்க் கேட்டு உட்கார்ந்து கொண்டிருக்கும்போதே

அறைக் கதவு சாத்தப்படுவதைத் தன் முதுகுக்குப் பின்னால் உணர்ந்தார்.

நான்கு பேர்களில் ஒருவர் சிரித்தார். “யூ... நீட் நாட் வொர்ரி டாக்டர்... பை காட்ஸ் கிரேஸ்... நாங்க எல்லாரும் நல்ல ஆரோக்கியம். உங்ககிட்ட கொஞ்சம் தனியாப் பேச வேண்டியிருக்கு... இப்படி இந்த சேர்ல உட்கார்றீங்களா...?”

“நீ... நீ... நீங்க...?”

“க்ரைம் ப்ராஞ்ச்....”

அந்தக் கணமே வியர்த்தார் மாசிலாமணி. இருந்தாலும் பதட்டத்தைக் காட்டி கொள்ளாமல் கேட்டார்.

“என்கிட்ட என்ன பேசணும்?”

“சிகாகோவில் இருக்கிற டாக்டர் ஹாரீஸைப் பத்திப் பேசணும்.”

மாசிலாமணியின் தண்டுவடத்தில் ஒரு கத்திக்குத்து விழுந்த மாதிரியான உணர்ச்சி.

‘விஷயம் ஏதோ ஒரு பக்கம் கசிந்து விட்டது.’

அமைதியாய்க் கேட்டார்.

“டாக்டர்... ஹாரீஸ்...?”

“எஸ்...”

“அவரைப்பத்தி என்கிட்ட என்ன கேட்கணும்...?”

“ஒரு விசாரணை...!”

“நீ... நீங்க... என்ன சொல்றீங்க...?”

“எல்லா உண்மைகளும் வெளிச்சத்துக்கு வந்துடுச்சு டாக்டர். டாக்டர் ஹாரீஸ் பொய், பரணியோட ட்யூமர் பொய், அது சம்பந்தமான ஸ்கேன் ரிப்போர்ட்ஸ் பொய், பரணிக்கு நீங்க குடுத்த ட்ரீட்மெண்ட் பொய், காட்டிய பாசம் பொய், பேசின பேச்சு பொய்... இப்படி நிறைய பொய்களைச் சொல்லிட்டே போகலாம்...”

மாசிலாமணி தன் உடம்பின் முக்கிய கேந்திரங்களில் சேதமானார்.

'எங்கே, யார் தவறு செய்தார்கள்...?'

ஆனந்ததீர்த்தன் மெதுவாய் நடைபோட்டு மாசிலாமணியை நெருங்கினார்.

"என் குடும்பத்துல ஒருத்தரா உங்களை நினைச்சேன். எதுக்காக இந்த துரோகம்...? பரணிக்கு ட்யூமர்னு ஏன் பொய் சொல்லணும்? இதுல உங்களுக்கென்ன லாபம்...? ராமஜெயம், மங்களம், டாக்டர் சித்திக், மலர் இந்தக் காகிதப் பூக்களெல்லாம் எந்த வகையில உங்களோட சம்மந்தப்படறாங்க?"

மாசிலாமணியின் சதைப்பிடிப்பான முகம் இப்போது சொதசொதவென்ற வியர்வையில் இருந்தது. நாக்கில் துளி ஈரம் இல்லை.

ஆனந்ததீர்த்தன் தொடர்ந்தார்.

"பரணிக்கு ட்யூமர் இல்லைங்கிற விஷயம் எனக்கு எப்படித் தெரிஞ்சதுன்னு யோசனை பண்ணிக்கிட்டிருக்கீங்களா டாக்டர்...? அதையும் சொல்லிடறேன். அந்த விஷயம் அரைமணி நேரத்துக்கு முந்திதான் எனக்கேத் தெரியும். கோயமுத்தூர் ஏர்போர்ட்டிலிருந்து பரணி எனக்கு போன் பண்ணி ஃப்ளைட் லேட்டாகும்னு சொன்னான். பேசிட்டு ரிஸீவரை வெச்சதுமே ஊட்டியிலிருந்து மிருணாளினிங்கிற பொண்ணு பேசினா... பரணியோட காலேஜ்மேட்.

பரணியை ஊட்டியில் பார்த்தாளாம். வீட்டுக்குக் கூப்பிட்டிருக்கா. பரணியும் போயிருக்கிறான். போன இடத்தில் பரணிக்கு திடீர்ன்னு மூக்குல ரத்தம் கசிஞ்சிருக்கு. மிருணாளினியோட அப்பா சங்கமேஸ்வரன் ஒரு டாக்டர். அதிலும் ந்யூரோ சர்ஜன். பரணியை அவர் அவனைத் தன்னோட க்ளினிக்குக்குக் கூட்டிப் போய் டெஸ்ட் பண்ணிப்

பார்த்திருக்கார். முக்கியமான ஸ்கேன் எல்லாத்தையும் எடுத்திருக்கார். பரணி உடனே புறப்பட்டு மெட்ராஸ் போகவேண்டியிருந்ததால ஸ்கேன் ரிசல்ட்டை போன்ல இன்ஃபார்ம் பண்றதா சொல்லியிருக்கார்.

அரைமணி நேரத்துக்கு முன்னாடி ஊட்டியிலிருந்து மிருணாளினி நிச்சயதார்த்த வாழ்த்துகளைச் சொல்றதுக்காகப் போன் பண்ணினப்ப டாக்டர் சங்கமேஸ்வரன் என்கூடப் பேச விரும்பறதா சொன்னார்: நானும் பேசினேன். சங்கமேஸ்வரன் பேசும் போதுதான் பரணிக்கு மூக்குல ரத்தம் வந்ததைப் பத்தியும், அது சம்பந்தமா பரணியோட தலைப் பகுதியை ஸ்கேன் பண்ணிப் பார்த்ததாவும் சொன்னார். அப்படிச் சொன்னவர் ஸ்கேன் ரிப்போர்ட்டைப் பத்திச் சொல்லும்போது 'ஹி ஈஸ் ஆல்ரைட்'னு சொன்னார். 'ட்யூமரைப் பத்தி இவர் ஏன் ஒண்ணுமே சொல்லலை'ன்னு யோசிச்சேன். போன்லயே அந்த டாக்டர்கிட்டே சந்தேகம் கேட்டேன். 'மூக்கில் ரத்தம் வந்தா மூளையில ட்யூமர் ஃபார்ம் ஆயிருக்கலாம்னு ஒரு புக்ல படிச்சேன். பரணிக்கு அதுமாதிரி ஏதாவது இருக்குமோ'ன்னு நான் கேட்டதும் அவர் சிரிச்சார். 'பரணி ஒரு ஆரோக்கியமான இளைஞர். அந்த கொடுமையான வியாதிகளையெல்லாம் நீங்க கற்பனை பண்ணிக் கூடப் பார்க்க வேண்டாம்... மூக்குல ரத்தம் வர்றதுக்குக் காரணம்... உங்க ஃபேமிலி டாக்டர் எழுதிக் கொடுத்த மாத்திரைகளை பரணி சாப்பிடுட்டு வர்றதுதான்... அந்த மாத்திரையை அவர் நிறுத்தினாப் போதும்... 'ஹி வில் பி ஆல்ரைட்'னு சொன்னார். அவர் பேசிட்டு ரிஸீவரை வெச்சதும் என் மனசு பரபரன்னு யோசிக்க ஆரம்பிச்சது... பரணிக்கு ட்யூமர் இருக்கா இல்லையா? யார் சொல்றது உண்மை? உண்மையைத் தெரிஞ்சுக்க ராமஜெயம் கொடுத்திருந்த டாக்டர் ஹாரீஸ் போன் நெம்பருக்கு ஐ.எஸ்.டி. போட்டு சிகாகோவுக்கு பேச முயற்சி பண்ணினேன். அந்த நம்பர்ல ஹாரீஸ் கிடைக்கல. அந்த நம்பர் உபயோகத்தில் இல்லைன்னு தகவல் வந்தது.

என்னோட சந்தேகம் அதிகமாச்சு. பரணியை வேற டாக்டர்ஸ்கிட்ட காட்ட நீங்க தீர்மானமா சம்மதிக்காதது மனசுக்கு ஏற்கனவே உறுத்தலாயிருந்தது. நீங்க எழுதிக் கொடுத்த மாத்திரைதான்... பரணியோட மூக்குல ரத்தம் வர்றதுக்குக் காரணம்ன்னு டாக்டர் சங்கமேஸ்வரன் சொன்னது... ஏதோ தப்பு நடக்கப் போகுதுன்னு சொல்றமாதிரி என்னோட மனசுக்குப் படவே, அஸிஸ்டண்ட் போலீஸ் கமிஷனராய் இருக்கிற என் ஃப்ரண்ட் பாலமுரளிக்கு போன் பண்ணி விஷயத்தைச் சொன்னேன். அவர் உடனடியா செயல்பட்டார்.

பத்தே நிமிஷம்.... அமெரிக்க எம்பஸியைக் காண்டாக்ட் பண்ணி சிகாகோல ஹாரீஸ்ங்கிற பேர்ல எந்த டாக்டரும் இல்லைங்கிற விஷயம் உறுதியானதும்.....சந்தேகம் ராமஜெயம் - மங்களம் தம்பதி மேல திரும்பிச்சு. இது சம்பந்தமா போலீஸ் ராமஜெயத்தைத் தனிமைப்படுத்தி தனியா விசாரிக்க நினைச்சாங்க... சின்னதா ஒரு ட்ராமாவும் பண்ணினாங்க. ராமஜெயம் வீட்டுக்குப் பக்கத்தில் இருக்கிற ஆடிட்டர் பூசக்கண்ணனை விட்டு என் வீட்டில் இருந்த ராமஜெயத்துக்கு போன் பண்ணி, பூட்டின வீட்டுக்குள்ளே யாரோ இருக்காங்கன்னு பொய் சொல்லி – அவரை இப்போ வரவழைச்சிருக்காங்க... இந்நேரம் அவர்கிட்ட விசாரணை நடந்துட்டிருக்கும்...”

க்ரைம் ப்ராஞ்ச் அதிகாரிகளில் ஒருவர் இப்போது எழுந்து மாசிலாமணியின் அருகில் வந்தார்.

“டாக்டர்... இனி நீங்க எந்தக் காரணத்தையும் சொல்லித் தப்பிக்க முடியாது. நீங்களாவே உண்மைகளைச் சொல்லிடறது உத்தமம். இந்த வீட்ல இருக்கிறவரை உங்களுக்கு மரியாதை கொடுத்து விசாரிப்போம். ஸ்டேஷன் லாக்கப்புக்குக் கொண்டு போயிட்டா ட்ரஸ்ஸே இல்லாமே ‘ஐஸ் பார்’ல படுக்க வெச்சு உண்மைகளை வாங்கற

விதத்துல வாங்கிருவோம்... உங்களுக்கு எது வசதி... வீடா... லாக்கப்பா...?"

அவர் கேட்டுக் கொண்டிருக்கும் போதே அறையின் மூலையில் இருந்த டீபாய் மேல் உட்கார்ந்திருந்த டெலிபோன் முணுமுணுத்துக் கூப்பிட்டது.

அதிகாரிகளில் ஒருவர் போய் எடுத்தார்.

"ஹலோ..."

"ராமஜெயம் வீட்டிலிருந்து ஏ.ஸி. பேசறேன்..."

"சொல்லுங்க சார்... நான் கோபிநாத், விஜிலன்ஸ்."

"கோபிநாத்... இங்கே ராமஜெயம் எல்லாத்தையும் ஒத்துக்கிட்டார். ஆரம்பத்துல முரண்டு பிடிச்சார்... ரத்தத்தோட ருசி எப்படியிருக்குனு அவருக்குக் காட்டினோம்... வாய்ல ரத்தம் வந்ததும் உண்மைகளும் வெளியே வந்துருச்சு... இந்த சதித் திட்டத்தல மலர்க்கும் முக்கிய பங்கு இருக்கு... டாக்டர் சித்திக்கையும், மங்களத்தையும் அரஸ்ட் பண்ணிடுங்க..."

"எஸ்... ஸார்..."

"அப்புறம் ஒரு முக்கியமான விஷயம். வெங்கடேஷ்னு ஒருத்தர் மாசிலாமணியோட நர்சிங் ஹோம்ல கோமா ஸ்டேஜ்ல இருக்கார். அதாவது கோமா ஸ்டேஜ்ல வைக்கப்பட்டிருக்கார். வெங்கடேஷ் மலரோட முன்னாள் காதலர். அவரை உடனே வேற ஹாஸ்பிடலுக்குக் கொண்டு போய் அட்மிட் பண்ணிருங்க. நாளைக்கு சாயந்தரம் அவரைத் தீர்த்துக் கட்டவும் திட்டம் போட்டிருந்தாங்க... துருவத் துருவ நிறைய விஷயங்கள் வந்துட்டேயிருக்கு...! அங்கே நிலவரம் எப்படி...? டாக்டர் எல்லாத்தையும் ஒத்துகிட்டாரா...?"

"இனிமேதான் ஒத்துக்கப் போறார்...ஸார்."

அறைக் கதவு தட்டப்பட்டது.

"டொக்... டொக்..."

ஆனந்ததீர்த்தன் போய்க் கதவைத் திறந்தார்.

வெளியே –

பாகீரதி.

"என்னங்க இது... இப்படி ரூம்ல வந்து பூந்துகிட்டீங்க... ஃபங்க்ஷனை நடத்த வேண்டாமா? நல்ல நேரம் போயிட்டிருக்கு..."

ஆனந்ததீர்த்தன் சிரித்தார்.

"தப்பா சொல்றே பாகீ... நல்ல நேரம் இப்பதான் வந்துட்டிருக்குனு சொல்லு."

"என்ன சொல்றீங்க...? ஆமா... ரூம்ல... ஏன்... இவ்வளவு கூட்டம்...? டாக்டர் ஏன் என்னவோ மாதிரி உட்கார்ந்துட்டிருக்கார்..."

"வா... நீயும் வந்து எல்லாத்தையும் கேளு" பாகீரதியை உள்ளே வர அனுமதித்த ஆனந்ததீர்த்தன், மறுபடியும் கதவைச் சாத்தி தாழ்ப்பாள் போட்டார்.

டாக்டர் மாசிலாமணியின் வாய் திறக்க ஆரம்பித்தது.

சாயந்தரம் ஐந்து மணி.

போலீஸ் லாக்கப்.

இரும்புக் கதவு பின்வாங்கும் 'க்றீச்'சென்ற சத்தத்தைக் கேட்டு சிமெண்ட் திட்டில் தலை குனிந்து உட்கார்ந்திருந்த மலர் நிமிர்ந்தாள்.

பரணி நின்றிருந்தான்.

மௌனமாய் எழுந்து நின்றாள். முகத்தில் ஒரு பாறையின் இறுக்கம். நாசித் துவாரங்கள் மட்டும் ஒரு முறை விம்மித் தணிந்தது.

"ம... மலர்..."

"..."

“நான் இதை எதிர்பார்க்கலை...”

“...”

“உன்னோட பூ மாதிரியான மனசுக்குள்ளதான் அந்தப் பூகம்ப திட்டம் இருந்ததா...? என்னால இன்னும் நம்ப முடியலை...”

“...”

“குறுக்கு வழியில பணக்காரியாக நீ இவ்வளவு மோசமான வழியைத் தேர்ந்தெடுத்திருக்க வேண்டாம்...”

“...”

“வாழ்க்கைங்கிறது வெறும் பணம் மட்டும் இல்லை... அதுக்கும் மேலே எவ்வளவோ இருக்கு...”

“...”

“இப்போ கூட உன் மேல எனக்கு கோபம் வரலை... நீ போலியா என் மேல காட்டின அந்த அன்புல கூட ஒரு சுகம் இருந்தது...”

“...”

“உன்னோட குடும்பத்தைக் காப்பாத்த வேண்டிய பொறுப்பு எனக்கு இருக்கு. ஏன்னா... உன்னோட அப்பா... எனக்கு... ஸ்கூல் டீச்சராய் இருந்தவர். அண்ணன்ங்கிற உரிமையோட உன் குடும்பத்து பொறுப்புகளை நான் ஏத்துக்கிட்டா... நீ வேண்டாம்னா... சொல்லப் போறே...?”

மலர் எதுவும் பேசாமல் சட்டென்று ஓடிந்து மண்டியிட்டு – பரணியின் கால்களைப் பற்றிக்கொண்டு வெடித்துக் கதறி அழ ஆரம்பித்தாள்.

அது நிஜ அழுகை.

●●●

www.ingramcontent.com/pod-product-compliance
Lightning Source LLC
LaVergne TN
LVHW100359181026
850499LV00037B/530
9789390771882